256 DIVINE INVOCATIONS
THE SPIRITUAL POWER OF THE YORUBAS

256 DIVINE INVOCATIONS
THE SPIRITUAL POWER OF THE YORUBAS

Mabinuori Adegboyega
Aare Latosa

Safari Books Ltd
Ibadan

Published by

Safari Books Ltd
Ile Ori Detu
1, Shell Close
Onireke
Ibadan.
Email: safarinigeria@gmail.com
Website: http://safaribooks.com.ng

© 2022, Mabinuori Adegboyega Aare Latosa

ISBN: 978-978-59508 -5-4 Cased
        978-978- 59508 -6-1 Paperback

DEDICATION

This Book is dedicated to Aremu Sanusi Alabi, Aare Latosa (Omotori ogun waye). Rest on Daddy.

CONTENTS

PREFACE

In Yorubaland, invocation is a powerful prayer tool that our forefathers used on every issue of life which miraculously worked for them. So often times, Yorubas make supplications on issues that are unsettled as well as on settled issues.

A Yoruba proverb says, "a settled matter needs prayer to keep getting better just as much as an unsettled matter also needs prayer so as to get better"; and there is the belief that once prayer is made, things begin to get better. Invocation is what can be done to make life get better and go smoothly the way it should. For this reason, I urge people to make invocation a way of life and put on the act in whatsoever they do or lay their hands on.

May God Almighty accept our supplication and have respect unto us.

Our prayers shall be answered.

Homage to *Ifa* Priest

The propitiation shall manifest positivity

The end result of the sacrifices shall manifest desired intention

May you live long and outlive your peers

One for all, all for one:

Song: If I stand to supplicate, my supplications must
be granted

If I squat to supplicate, my supplications must
be granted

Attention, everyone! Attention, everyone!

Ifa wants to make pronouncements, maintain
silence.

1/2 MORNING PRAYER

The dawn we witnessed today is a dawn of wealth

Opele (divining chain) stretches downward, divined for Wholesome

The one known as the Daybreak

The dawn we witness today, it's a dawn of wealth

Wholesome daybreak

Today's *Ifa* revelation, as the day breaks

The dawn we witnessed today, comes with the blessing of wives

Wholesome daybreak

Today's *Ifa* revelation, as the day breaks

The dawn we witnessed today, it's a dawn which comes with blessings of offspring

Wholesome daybreak

Today's *Ifa* revelation, as the day breaks

The dawn we witnessed today, it's a dawn for every good fortune
Wholesome daybreak
Today's *Ifa* revelation, as the day breaks
My husband, *Ela*, make it blossom glaringly
My father, *Ela*, make it blossom glaringly
God, may the dawn always come with joy for us
The dawn we witnessed today
Oyela, as divined for wholesome daybreak
That was coming from heaven to the earth
The dawn we witnessed today
A dawn of wealth
A dawn of riches, money, valuables and children
May we always witness a joyful dawn
We shall not die untimely.
Ase.

3/4 AFTERNOON SUPPLICATION

The noon (sun) rises glowingly
Their priest in the nerve-centre of Egba town
Divined for them in the nerve-centre of Egba
Where they usually woke up to lament on the need for goodness
It should not be far or long
We should meet them in abundance of goodness
We usually meet people in abundance of goodness at the feet of the king of divinities *(Orisa).*
The noon (sun) rises glowingly
Their priest in the nerve-centre of Ijesa town
Divined for them in the nerve-centre of Ijesa
They lacked all good things

It must not be far or long
We should meet them in abundance of goodness
We usually meet people in abundance of goodness at
the feet of the king of divinities *(Orisa)*

5/6 EVENING SUPPLICATION

The light is the priest of the Night
Darkness is the priest of the Midnight
Odu (Ifa divination) is the priest who attracts large
devotees
Divined for Adeleye who woke up to lament about
childlessness
When he would birth a child
He birthed a child that came with endless wealth
When he would birth a child
He birthed a child worthy of celebration
When he would birth a child
He birthed a child that was precious than any other
things on earth
The night came; I didn't hear the sound of pestle and
mortar
The midnight came; I didn't hear the sound of any
cooking utensils in use
Divined for Ọrunmila
Ifa was learning in the abode of the witches
It must not be far or long
We should be met, having resounding victory
Ase.

7/8 MIDNIGHT SUPPLICATION

Ifa says,
Today, the midnight mayhem
The middle night mayhem
Will not befall any one of us
Ase.
Mayhem

> **Song:** A divination was performed for Ọrunmila
> Ifa learning in the abode of the witches
> It should not be far or long
> We should be met, having resounding
> victory

The mayhem of the midnight
The middle night mayhem
Will not befall any one of us
Respect/u will work for us
So shall it be
It shall be so
Ase.

❦ ❦ ❦

9/10 EARLY MORNING SUPPLICATION

> **Song:** As I awoke
> I met *Olu* (mushroom)
> Olu (mushroom) stood tall
> As I awoke
> I met *Olu* (mushroom)
> *Olu* stood tall
> They inquired on what happened?
> That *Olu* (Mushroom) was awake?
> And stood tall?

It said due to the blessing of money
It said due to the blessing of good wife
It said due to the blessing of children
It said due to all form of goodness
That's why it awoke
That it stood tall
The early morning which we witnessed at dawn today
The blessings of wealth
The blessings of money
The blessings of prosperity
The blessings of house acquisition
The blessings of promotion
Will be coming to each and every one of us
Honour shall be our lots
The protection of *Olodumare* will work for us
So shall it be
It shall be so
Ase.

11/12 SUPPLICATION FOR WORK/OCCUPATION

Song: I initially worked
When I should be learning my ancient Ifa divination
I suffered for long before I knew the way
I suffered for long before I returned home to do the needful
Divined for *Òrunmila*
Ifa woke up
Ifa didn't have any dime to spend
It should not be far or long

Before we be in abundance of blessings
We usually find abundant blessings at the
feet of the king of the divinities (*Orisa*).

A profiting job
A job which comes with riches
A job with all round goodness
Will be on the way of every one of us
So shall it be
It shall be so
Our prayers shall be granted
Ase
Our prayers shall be answered
So be it.'

13/14 SUPPLICATION FOR A CLOSE KINSHIP TIES

Kinship members
Our lots shall not be destroyed

> *Song:* It usually accept a robust foetus before it
> It's anger that usually destroys a slave
> A slave is usually embittered
> One cannot be separated from his siblings or
> family bond
> Divined for *Ifa* when he was descending to
> the earth
> They said what about those killed by death
> Kolanuts are usually removed separately
> from their pad
> *Ifa* should separate ours from theirs
> Those who are afflicted with sickness
> Loss

Poverty
Strife
Pestilence raging since last year
Kolanuts are usually removed separately from their pad
Ifa should separate ours from theirs
Be it death
Be it disease
Be it loss
Be it poverty
Be it pestilence
It will always separate our siblings/family members
It shall set us aside
We won't be victims of evil circumstances
We won't experience bad fortune
So shall it be
It shall be so
Ase.
Amen

15/16 SUPPLICATION FOR ANCESTOR

The earth will not swallow any of us
The earth will not swallow any of us
The earth will not swallow any of us

> *Song:*   It is with reasoning in concert
> That we devise about those who are already at the top
> We brought mortar
> We brought grindstone

Divined for *'Akesan'* who was on a lone-tour
to the land of *odaja*
He said *Akesan* was wearing a crown
His wife was also sojourning alone
If one's head (destiny) is good
One can sojourn alone
The 200 divinities would not allow the lot of
each of us to be destroyed
Our creator will not be against us
Ase.

17/18 MARRIAGE SUPPLICATION

Song: Accompany-me-still, the priest of Accompany-
me-still
Accompany- me - faraway , the priest of
Accompany-me-faraway
You can't accompany to a point where there
won't be Ifa guidance
Divined for a bride going to her husband,
Owuro
The divinities should let me have a companion
like a wife
It should not be long or far
We should be found in the abode of abundant
goodness
We usually meet people in abundant goodness
at the feet of the king of divinities (Orisa).
Ifa said he will give her the blessing of
children
All goodness
At the husband's house into which she's
going

And her prayers will be answered
So shall it be
It shall be so
Ase.

19/20 SUPPLICATION DURING NAMING CEREMONY

Song: Little jewels
Divined for a new-born coming from heaven
to earth
Whenever a child arrives, the father's name
he calls first
Whenever a child arrives, the mother's name
he calls first
Whenever a child arrives, the father's name
he calls first
This new-born baby we have here today
Death shall not take him/her away
He/she shall not be afflicted with disease
So shall it be
It shall be so
Ase.

21/22 SUPPLICATION ON NEW BUSINESS VENTURE/TRADE/OCCUPATION

Song: A tiny rod touches the earth and reaches
the heaven
Divined for the head (Primordial/destiny)
That descended to the earth against all
travails

The matter does not concern masquerades
(ancestors)
The matter does not concern the divinity
The matter concerns one's creator
A tiny rod touches the earth and reaches
the earth
Divined for the head (primordial)
The matter does not concern the
masquerades (ancestors)
The matter does not concern the divinity
The matter concerns one's creator
Our creator
Individual's head (primordial destiny)
Will not destroy our works
So shall it be
It shall be so
Ase.

23/24 SUPPLICATION FOR BUSINESS/TRADE

Anyone who sets up a trade venture
Will be getting profitable patronage
And shall be prospering
Ifa said that the prayer for this one who sets up a business
venture
His business will not be destroyed:

    Song: We tried reducing it, but it was intact
                We tried reducing it, but it was intact
                Divined for *Odi*
                That was packed right from heaven
                That would be unpacked on earth

It was when *Odi* transformed into two
That was when life became honourable.

Ifa said this person's stock will sell fast
Ifa said his stock will not become staled
Ifa said concerning his stock, money usually attracts favour
A trader usually experience favour
Ifa said this person will always experience favour.

> *Song:* Herein, an abode of insight
> Over there, an abode of insight
> Divined for *Ole-jele,* a native soap merchant
> Today, *Ole-jele's* belly began to grow steadily
> *Ole-jele's* belly was growing steadily
> *Ifa* said this person's destiny will not be against him in his business
> So be it
> So shall it be
> *Ase.*

25/26 SUPPLICATION FOR LOVE

Ifá said if the *Ifa* corpus of this client/supplicant is chanted
The world will be at peace with him
The world will not be angry at him:

> *Song:* The Lord loves
> Wealth usually stretches in a loving manner
> Whenever mortars conjoin, they blossom into life

Whenever *Ogodo* conjoin, they blossom
into life
A divination was performed for
Ọrúnmìlà
Ifa conjoined with the Rain to blossom to
the earth
Ifa said come into agreement
in my favour
Whenever mortars conjoin, they blossom
into life
Ifa said, come into agreement
in my favour
Whenever Ogodo conjoin, they blossom
into life
Ifa said, come into agreement
in my favour.

Ifa said, concerning this person/supplicant,
Males of the world
Females of the world
Will always be at peace with him
Ifa said they won't go against this one
Ase.

27/28   SUPPLICATION FOR A HITCH-FREE JOURNEY

Ifa said, concerning this person/supplicant
If the one with two hundred smokes is moving
He will always go well
And return safely.

Song: Ifa said, the reduction in camwood powder

Implies a reduction in money

Divined for Ọrúnmìlà who waged war at *Ogbaru Esigbo*

They said the turning stick/spatula equates with hardened stick

Ọrúnmìlà replied that it can't be so tough or hard

How did he know that it could not be hard or tough?

He replied that '*Onisare*' is the name given to perfection '*Òsìbìà*' is the name with which we call a vehicle call the boat/car

What can we reflect upon without mentioning '*Oro*' deity (Bull roarers)

'*Ògbéròfo*' is the name we call a gun

He knew that whatever he desired would be granted

Honour will always answer to this person that is good to *Ifa*

This person who is loyal to *Ifa*, honour shall be his lot

He will not experience *Ogun*'s (god of iron) anger.

Song: The one who thinks ahead prevents fall on a slippery ground

The one with clean water is superior to a soap maker/seller

Divined for *Ogun* (god of iron)

He will contribute two

He will use those two to engage wives

Ifa said this one won't experience the anger of *ogun* (the god of iron)

Ase.

29/30   SUPPLICATION FOR SETTLING QUARRELS/DISPUTES

Ifa said if this corpus is chanted whenever they are aggrieved
If they are quarreling
If this corpus is chanted
Ifa said the dispute would end

Song: Anger does nothing good for one
Patience is the father of all virtues
An elder who exercises patience will grow old and live long
He shall live to enjoy *Ifa's* goodness like one who eats honey in a comfort zone
Divined for Ọ̀rúnmìlà who was on a priesthood journey to Iwo
The suffering which *Ifa* experienced there was an untold suffering
Come and behold great suffering in Iwo!
The untoward benefit which *Ifa* got in Iwo was not little
Come and behold untoward benefits in Iwo!

Ifa says whenever they are angry
And they are quarreling
If this corpus is chanted for these ones
Their anger will vanish.

31/32 SUPPLICATION FOR ASSOCIATION/ GROUP

Song: The head-axe does not go to war
The aged ones in a town do not embark on a long journey
I could have gone on a journey but who would watch over the house in my absence
Divined for *Eléko* who usually made a vow
When he was rotting in the heavenly abode
And therefore handed over a bond to the group's leader
One thousand four hundred head gears
Thousands of head gear.

Ifa said that
The divinities of the earth,
The divinities in heaven
Will not be against these ones
If they form an association
So be it
So shall it be
Ase.

33/34 SUPPLICATION WITHIN FAMILY MEMBERS

If this Ifa corpus is chanted in the gathering of family members
Ifa said such family would not scatter

Song: Assist me to land, so can thread softly
Ifa's soft-approach to issues usually gladdens me

Divined for Ọ̀rúnmìlà after celebrating an
annual festival with a fabric
He said we would celebrate with him in
the forthcoming year
Ifa obeyed
Ifa kept quiet so as to observe them
He said the home's termite
Would not allow him go to the farm
He said the farm's termite
Would not allow him return home
Evil does not afflict *Olodumare* (God)
The enemy within the household of the
priest will know no peace
Ifa said the association which these ones
formed will not scatter
And it won't spoil
So be it
So shall it be
By *Olodumare's* authority
Ase.

35/36   SUPPLICATION FOR STUDENTS/ APPRENTICES

If this *Ifa* corpus is chanted concerning this person
Ifa said his brain will not be dull:

Song: *Igunugun* (hornbill bird) usually lands
majestically
Akalamagbo (vulture) usually lands in a
turn-around manner
It lands and makes a unique and attracting
sound

A divination was performed for Ọ̀bàràn-kòsì
That was yet to come across the head of the group who snatches people's memory
If a fowl eats two hundred stones, it usually ends up in its gizzard
Ọ̀bàràn kòsì
Ifa do not take my memory away
Ifa said this person's memory will not fade out
And will not be destroyed
He will always be knowledgeable
He will always excel in his studies
In his academics
So be it
So shall it be
Ase.

37/38   SUPPLICATION FOR SUCCESS IN EXAMINATION/TEST

If this *Ifa* corpus is chanted concerning this one
Ifa said if he sits for any examination or test
Success awaits him there
He will always excel
And he will succeed:

> *Song:*   Here is the abode of knowledge/insight
> Over there, there is also knowledge/insight
> Divined for *Ole-jele* who launders clean
> like soap does
> He said the chief's stomach is getting lean
> gradually

The chief's stomach is getting lean
Ifa said this person's head (destiny) will
not be against him
So be it
It shall be so
Ase.

〜 〜 〜

39/40   SUPPLICATION TO AVERT MISUNDERSTANDINGS

If there is a misunderstanding amongst people
And this *Ifa* corpus is chanted
There will be no misunderstanding again:

> *Song:*   Wake up, *Apọ́nrán*
> Wake up, *Apọ́nrán*
> Wake up, *Àpólà* I have an issue
> We have fought endlessly
> A divination was performed for *Ọ̀rúnmìlà*
> *Ifa* is in the midst of enemies
> *Ifa* woke up early to fetch of the affliction agents
> It will not be far, it will not be long
> That we will be found in the abode of victory
> We usually found victory in the abode of the king of divinities (Orisa)
> *Ifa* said he will give them victory at all times
> Bad/evil things won't occur in their midst
> So be it
> So shall it be
> *Ase.*

41/42   SUPPLICATION FOR HELP

Ifa said if this *Ifa* corpus is chanted
If someone seeks help from a particular person or place
And this relevant *Ifa* corpus is being chanted concerning
him (supplicant)
He will help him:

> **Song**:   *Eji Ogbe*, the potent corpus
> *Eji Ogbe*, the straightforward corpus
> Divined for the Morning
> A portion was also prescribed for the Night
> This is my morning time
> I am pleading for the night time
> If my night time would be pleasant, *Ifa* I
> give thanks.

Ifa said if this corpus is chanted
And he goes to him (prospective helper) for help
He will help you
He will consider the morning aura
He will consider the afternoon aura
He wiil consider the aura of the night
And he will render the help.

43/44 SUPPLICATION TO OWN/ BUILD A HOUSE

> **Song:**   He said, "Ranting here you come"
> The *Agbìgbò's* priest
> Performed Ifa divination for *Agbìgbò*
> He is the priest of the house which was
> void of inhabitants due to ranting
> He said, 'Ranter, here you come'
> The priest of *Agbìgbò*

He said if a priest does not talk a lot or rant
The priest cannot prosper
He said, 'Ranter, here you come'
The priest of *Agbìgbò*
Ifa said this one will own/build a
magnificent house.

Song: The *Ifa* priest divined for the House
The House was in the midst of enemies
Today we will destroy the House
Tomorrow we will destroy the House
We won't build the House again
All these have added to its glamour
And it became more robust
Ifa said goodness awaits him (supplicant)
therein.

45/46 SUPPLICATION FOR SUCCESS

Ifa said if this corpus is chanted for this person
He will succeed:

Song: At the abode of *Ami-waaja*
The Priest of *Oloyo*
Divined for *Olóyo*
He will better the lot of a patient chieftain
Ami-waaja
You are the priest of *Olóyo*
Don't you know that it is someone's destiny
that supports him/her
Prayer does not support someone
Ami-waaja
You are the priest of *Olóyo*.

Ifa said this person's (supplicant) will not work against him
And he will earn success
Ase.

47/48   SUPPLICATION FOR A SAFE JOURNEY

Ifa said if this *Ifa* corpus is chanted for this one embarking on a journey
Ifa said whenever he is going
He will always go well
And always return safely:

> **Song:**   The *Osota's* catapult dangles
> Òsòsà would escort them into the bush
> Òsòsà stayed at the side of the ocean
> And prepared ahead for the dead-night
> Then, the enemy's catapult dangled to his delight
> Divined for Òrúnmìlà
> *Ifa* was embarking on a day-long journey
> They said he would be harmed by cockroach
> They said he would be bitten by insects
> *Ifa* said he would not be harmed by cockroach
> *Ifa* said he would not be harmed by insects
> He said he would go well
> He would arrive safely
> He said he has become a successful traveller
> And a successful returnee
> And he has become the child of *Obàrà òrẹtẹ̀*
> *Ifa* said this person will always go well

And always return safely
Ase.

49/50   SUPPLICATION FOR HEALING DURING ILLNESS

This particular *Ifa* corpus said if someone is about to fall sick
Ifa said he won't fall sick:

Song: He said kill the vulture to worship *Ifa*
The priest in the abode of *Alárá*
Kill the hornbill to appease the divinities
The priest of the hill of Ijero
Kill a quail to propitiate *Ogun* (the god of iron)
Aláàbi , the one who resembles a white man
The one who combs the stream usually destroys the home of fishes
The one who makes a scare-crow destroys the home of quails
A short thick stick is the Priest of the Anthill
Divined for *Leye-Gege* who was presented with a bird in heaven
Edun ordered that the heavenly abode be destroyed
And that of the earth should be remoulded
The one whose body was usually massaged does not come again
The divinities of heaven
The enemy with a shapeless head

Ifa said if this one is bedridden and dies, he
would never fall sick again
He shall always remain healthy
Ase.

51/52 SUPPLICATION/PRAYER DURING HOUSE WARMING

Ifa said if this *Ifa* corpus is chanted for this person
If he packs into his own house, it won't collapse:

Song: He said, it's a goat that usually eats the
succulent fish
It's the fat sheep that usually consume the
fatty fish
Anyone whose succulent fish will be eaten
by a goat
If a fatty sheep will eat up his fatty fish
He should carefully cast a lot
To feed five for a layered mat
Should desire a kingly house
Divined for Àròrò
Àròrò, come and eat rat
Àròrò, come and eat fish
Àròrò, come and eat bird
Àròrò, come and eat meat
Àròrò, come and eat the fatty horn
locked in-between the head
The house into which this person is packing
Ifa said it will be comfortable
Ase.

53/54   SUPPLICATION/PRAYER TO CURRY GOD'S LOVE

If *Ifa* corpus is chanted concerning this one
The Almighty God will always be pleased with him

> *Song:*   It's the Hand that ordered you to extend like a hunchback
>
>> It is the forest rock that usually embarks on a journey of no return
>> Divined for *Ogbejè*, who hid his child on the roof-top to avert death
>> He said death came into my house but did not met me at home
>> I'm on the rooftop
>> *Ifa* resides in the shrine, working in my favour
>> All the evil agents entered my house and met my absence
>> Well done on your fruitless journey, you evil ones
>> I was on the roof-top
>> Well done on your wasted journey my father
>> The fruitless journey has prevented death from coming to our house.

The glory of God of love will always be pleased with us all
So be it.
So shall it be
Ase.

55/56 SUPPLICATION/PRAYER OF VICTORY

If this *Ifa* corpus is chanted concerning this one
He will always be victorious
And death won't take him
So shall it be
So be it:

> *Song:* The thick black shrubs on the palm tree
> Hinders us from seeing the neck of the
> palm tree
> Divined for Ọrúnmìlà *Ifá* when he first
> came to earth
> *Ifa*, I will grow in my own life
> Rapidly
> The *Ogun* devotees
> They usually worship as priests at the feet
> of the king of *(Orisa)* divinities
> Rapidly
> Ifa said concerning this person, there is a
> great victory for him.

Ifa said there's a lot of victory for this one

57/58   PRAYER OF VICTORYOVER INWARD CHALLENGES

If *Ifa* corpus is chanted for this one (Supplicant)
Ifa said he won't experience inward challenges
Ifa said, inward challenges will not befall him
Inward challenges
Outward challenges
Will not afflict this one
Honour will work in his favour:

Song: *Otoototo*, the sage was the one who
administered an oath for the rich
Ototo, the sage was the one who
administered an oath for the wealthy
We should finish eating groundnut and
dust our hands inside a pan
It was the father of the child who swore an
oath for the progenitor
He said death killed the rich, his money
perished
He said death killed the wealthy one, his
wealth vanished
Thoughts…..
The world is enough to pull it
…….

The people of Ipo
The inhabitants of Ofa
Ifa said no challenge will get hold of this person
It won't get hold of his offspring
It won't get hold of him too
He shall live long
Ase.

59/60 SUPPLICATION/PRAYER TO AVERT CRIME

If *Ifa* corpus is chanted concerning this person
He (*Ifa*) won't let him experience crime
A crime usually perpetrated by world males
A crime usually perpetrated by world females
He won't let him experience it
The protection of God will be upon him
He won't be a victim of crime:

Song: *Oyerosun* (A minor *Odu* of *Ifa* corpus)
Blown on the land where locust thrives
Where they usually woke up daily to fetch
the water of the evil agents
It should not be far or long
That we would be found in abundance of
victory
We always find abundant victory at the
feet of the divinities
Ifa said he would not allow him to
experience crime
Honour shall work in his favour
Ase.

$$\sim \sim \sim$$

61/62 SUPPLICATION/PRAYER FOR BOLDNESS

If we chant *Ifa* corpus for this one
Ifa said he will not let him be getting scared
The protection of God will always be upon him
Honour will work in his favour:

Song: He said a large cobra with a smallish tail
Òdèdè, the one with thick buttock
Divined for *Láàjà* that was coming from
heavenly abode to the earth
It will not be far or long
We should be found in abundance of
victory
We usually meet people in abundant
victory at the feet of the king of divinities.

Ifa said his things will not be destroyed
And he will have victory
Ase.

63/64 SUPPLICATION/PRAYER OF HAPPINESS

If we chant this Ifa corpus for this one, he will always be happy:

> *Song:*   I'm joyous alongside wealth
> I'm joyous alongside honorary titles
> I'm graciously joyous
> I am joyous in the sight of the town's chieftain
> *Itún* ordered that I should always be taken care of
> *Ìfá* ordered that I should always be drawn closer for affection
> The *Abere* leaf ordered that both male and female should always ask after me for good
> I have now become an *òmísímisì* leaf by this time around
> It will not be far or long
> That we will be found in amidst abundant goodness
> We usually meet people in abundant goodness at the feet of the king of divinities.

Ifa said if we chant this *Ifa* corpus for this one for him
Both male and female will be happy towards him.

65/66   SUPPLICATION/PRAYER OF GOD'S PROTECTION

Song: He said, it's a big cobra with a smallish tail
Ọ̀dẹ̀dẹ̀ with a thickly buttock
Performed *Ifa* divination for Ọ̀rúnmìlà
Ifa who was coming from heavenly abode
to the earth
Ọ̀rúnmìlà said the earth he is going into
Hope he would be protected by *Aabo*
Would death not kill him
Would he not be afflicted with disease
Were Ọ̀rúnmìlà's supplications in the *Ifa*
corpus
And honour worked in his favour
The protection of God was upon him
There was no death for him
There was no sickness for him
Honour will work in his (supplicant)
favour
The protection of God will always be upon
us
So be it
It shall be so
Ase.

67/68   SUPPLICATION/PRAYER AGAINST OBSTACLES

Anyone whom this *Ifa* corpus is being chanted for, *Ifa*
said he will not encounter obstacles
And honour will work in his favour:

Song: He said, the dead has caused me a
bemoaning lot
He saw them over and over again
A divination for …….. the offspring of
Ajalaye
He said the world's vastness does not exist
again
We should cope with how the world swings.

Ifa said this one will not experience obstacles
And he will not experience the wrath of Ògun (the god
of iron) Honour will work in his favour.

69/70   SUPPLICATION/PRAYER FOR VICTORY OVER THE EVIL ONES

If we chant *Ifa* corpus for this person
Ifa said this one will not encounter evil
And honour will work in his favour
Ifa we chant this corpus for him
Morning evil
Afternoon evil
Night evil will not befall him:

Song: The child's destiny is good but the father is
not aware
Divined for *Jègbè* who was on a
priesthood journey to the nerve-centre of
Ọyọ town
He said, *Jègbè* if you see a stranger,
accommodate him
Jègbè if you go to the nerve-centre of Ọyọ
Jègbè if you see a stranger,
accommodate him

Ifa said honour will work in favour of this one
And he will not experience evil
Ase.

71/72 SUPPLICATION/PRAYER TO PREVENT IMPLICATION

Implication!
People's issue that we know nothing about will not implicate us:

> *Song:* He said, ọwọran Sògo said undoubtedly
> fish is scarce in the bush
> Swaddling clothes hit in the neck of a palm tree
> You are a child, and as a child learning craft
> The work one ought to do in the morning (day time)
> If it's done in the wrong time, it would look haphazard
> *Ifa* said that this one will not be implicated
> *Ase.*

73/74 SUPPLICATION/PRAYER AGAINST AN ACCUSER AND SLANDERER

The one who lies against someone in his presence
Ifa said if this *Ifa* corpus is chanted
He will help him get victory:

> *Song:* *Oterewo* is the husband of *Ileeyo*
> He advised we should scoop it from the front

And scoop it from the back
Divined for *Omolangi* (Effigy) who went to
repair a vehicle
He said he won't let the vehicle capsize
Walami
Erijialo
Ifa do not let this vehicle fall us down
Ifa said the vehicle of life will fall this
person (supplicant) down
The slanderer that wants lie against one to
one's face
Ifa said this corpus we chanted will give
him (supplicant) victory
Ase.

75/76   SUPPLICATION/PRAYER AGAINST BACKSTABBERS

Backstabber that is behind one's travails and still
sympathises
Ifa said that he will help us overcome such person:

> ***Song:***   He said, *Ogbè* , proceed home, the offspring
> of *Osìn*
> *Ògbè*, proceed home, the offspring of *Orà*
> *Ògbè*, proceed home, the offspring of *Ògún*
> *lègè lègè alède*
> Performed *Ifa* divination for *Olúkòso làálú*
> *Lúbánbí* offspring of the one who saw two
> hundred enemies and triumphed over them
> *Gbàràgá* was in the midst of the enemies
> He said I should triumph victoriously
> Over two hundred enemies, I should

triumph victoriously
Two hundred enemies
Ifa said He and *Sango* (god of thunder) will
always help this one get victory
Ase.

77/78 SUPPLICATION/PRAYER AGAINST ENEMIES WITHIN AND WITHOUT

Enemies within and without, Ifa said he will help this
one triumph over them
His things will not be destroyed

> *Song:* Tẹtẹ does not experience reproach,
> their priest in nerve-centre of Ẹ̀gbá
> Tẹtẹ does not experience reproach,
> their priest in the nerve-centre of Ijesha
> Ìjẹ̀sà
> For a priest to experience reproach, he
> would rather relocate to the side of the
> ocean
> The sea begat two 'Awàlà'
> The ancient priest had unfettered access
> Divined for Olúnla.....
> He said, *Ifa* did not buy rat since he had a
> mole
> *Ifa* did not buy a bird since he had a mole
> *Ifa* did not consider meat since he had a
> mole
> You should not allow me to experience
> reproach.

Ifa said he will not allow this one to experience reproach both within and without.
Ase.

79/80 PRAYER AGAINST GOSSIP/SLANDERER

Ifa said he will always help this one to be victorious over every slanderer, both within and without:

> *Song:* He said, opprobrium has turned to beauty for the Parrot
> Divined for Parrot that was coming from heavenly abode to earth
> Opprobrium has turned to beauty in my body
> Opprobrium has become beauty for the Parrot
> Opprobrium has become beauty in my body
> Opprobrium has become beauty for the quiver
> Opprobrium has become beauty in my body
> *Ifa* said concerning this one, he will always journey with him
> That he (*Ifa*) will always answer his prayers
> *Ase.*

81/82   PRAYER AGAINST JEALOUS/ENVIOUS ONES

If we chant *Ifa* corpus for this one
Ifa said the envious person within, envious one without;
he will always give him victory over them:

> *Song:*   He said, it's the back-head (Occipital lobe)
> of a person we observe before bad-
> mouthing him/her
> Divined for owon (Monument) that
> was going to war to get booties (slaves)
> It should not be far or long
> We should be found in the abundance of
> victory
> We usually find abundant victory at the
> feet of the king of divinities.

Ifa said concerning this one, that he will always give him
victory over the envious ones within and without
Ase.

83/84 PRAYER AGAINST BIASED ONES

Ifa said concerning those who are unnecessarily biased
against this one
He said he will always give him victory:

> *Song:*   We woke up in the street
> We strolled out on the street
> The one who wakes up very early to wash
> his face with the street water
> The one who wakes up very early to bathe
> with the street water
> The street mole usually scampers

Divined for Ọ̀rúnmìlà, the progenitor of
worthy children on the street
He said the blessing of wealth
The blessing of money
All round blessing
That we will have are on the street
All my blessing resides on the street
Ifa said if they do all these to this one
All round blessing will be reserved for him
alone
And he will always overcome them
Ase.

~ ~ ~

85/86   SUPPLICATION/PRAYER AGAINST CALUMNY

Ifa said this one, if they want to launch a campaign of
calumny against him
Disparage him
Ifa said he will help him have victory over them
And the protection of God will always be upon him:

> **Song:**   The potent *Ogbe* (*Ifa* corpus-*Odu*)
> The efficacious *Ogbe*
> Performed *Ifa* divination for ìyánìkéré the
> offspring of *Ikọ̀lé ìgbe*
> He said the goodness of wealth
> The goodness of victory becomes the
> priest's lot in *Ikọ̀lé ìgbe*
> *Iyánìkéré* is here, the offspring of Ikọ̀lé
> ìpé

Ifa said if these people want to disparage
this one (Supplicant)
The ones who begat the earth (Divinities)
will help him obtain victory
Ase.

87/88 PRAYER OF HATRED

If we chant *Ifa* corpus concerning this one
If people want to develop hatred for him
And they are about to dislike him
Ifa said they won't hate him
And honour will always work in his favour
The hatred they want to have towards him
His lot will not be destroyed:

Song:　I do not behold the face of *Apéré mọ péte*
　　　I do not behold the face of *Apètè mọ pète*
　　　Divined for the two hundred divinities
　　　when they were transporting the sacred
　　　palm oil and it was thought that the
　　　container would break
　　　I do not behold the face of *Apéré mọ péte*
　　　I do not behold the face of *Apètè mọ pète*
　　　Divined for *Ọrúnmìlà*
　　　The sage said he was going to fetch palm
　　　oil, and its container must not break while
　　　transporting it
　　　He said, tell the king of Ilawẹ̀ that I'm
　　　carrying palm-oil
　　　Tell the king of Ilawẹ̀ that I'm carrying
　　　palm-oil

The palm-oil I'm carrying should not break
Behold! The people of Ilawè, I'm carrying
palmoil
We (*Òrunmila*) must show gratitude
We (*Òrunmila*) must get home without any
hitch
I carry palm-oil
Ifa said concerning this one, his life is that
precious palm-oil
He said he would not allow it to fall and
break.
Ase.

Ifa said this one's life has enough oil
He won't let his life break

89/90   SUPPLICATION/PRAYER AGAINST CONSPIRATORS

Song: A day reproach does not end in twenty
years
Divined for palm oil
Palm oil is the enemy of white clothe
A day reproach does not end in twenty
years
Divined for the Soap
The soap is the friend of white clothe
The palm oil threatened to destroy white
clothe
And the Soap laundered the w clothe

In the end, so also we shall triumph over
conspiracy
It will not be far or long
That we will be found in abundant victory
We usually find victory at the feet of the
king of divinities
Ifa said he will always make this one
succeed.
He won't let embark on impossible
endeavour
He will always make him triumph over his
enemies.

— — —

91/92   SUPPLICATION/PRAYER FOR PROTECTION AGAINST STREET FIGHT/DUEL

Ifa said, a street fight in the morning
A street fight in the afternoon
Will not befall this one:

Song: *Odídí* exchanged what he had so save
himself
Ofàfà used his voice to retaliate
Olúwòó (Iwo monarch) spoke from afar
All the slaves trembled fell down
flat
Divined for *Niwǫnwǫn*
The heir apparent of *Ògún*
That gave him a victorious utterance
It will not be far or long
That will be found in the abode of victory

We usually find victory at the feet of the king of divinities.

Ifa said he will clothe this one (supplicant) with a garb of honour.

93/94 HUMAN BICKERINGS

Ifa said he won't let this one encounter human bickering:

Song: He said, as I woke up
I met *Olú* (mushroom) which stood tall
As I woke up
I met *Olú* (mushroom) which stood tall
I didn't wake up very early
To work aimlessly with my two legs
Divined for *Ọrúnmìlà*, who was a
washman *àkámọ́* village
He said, if the way and manner in which
they would ambush you at the river, he
cannot be waylaid in such manner
He said he should be escaping before evil
occurs
Ifa said he will not allow evil to befall this
one
And he won't let him experience man's
bickering
Woman's bickering will not happen to him
Honour will work in his favour
He won't experience evil
Ase.

95/96   SUPPLICATION/PRAYER FOR TIMELY HELP/PROVISION

If this chant this *Ifa* corpus for this one
Ifa said he will always get timely help
He will not lack money:

Song: It's *Ifa* that creates money
It's *Ògún* that provides
It's the divinities that results *Ifa* clothing
one with coat of varying colours
If a child is heavily indebted
It's *Ifa* who usually offsets it
If an adult is indebted with varying debts
It is *Jèbò* who clears them
Divined for *Òrúnmìlà*
Ifa woke up
Ifa I woke up to be lamenting on various problems
It's the outer layer that usually covers the liver
It will not be far or long
We shall be found in abundance of goodness
An abundance of goodness is usually found at the feet of the king of divinities
He said concerning this one (supplicant)
The goodness of wealth
The blessing of money will always accompany him.
Ase.

97/98 SUPPLICATION/PRAYER FOR PROGRESS

If we chant *Ifa* corpus for this one, *Ifa* says he would be
progressing
He will always have promotion:

> **Song:** Osòsà's catapult dangles
> Osòsà followed them into the bush
> Osòsà stayed around the ocean side
> He prepared ahead of the dead-night
> The dangling catapult taught the child
> about the enemies' tactics
> The *Ifa* priest divined for the head (destiny)
> that was coming from heavenly abode to
> the earth
> He said, it's better to suffer than to imitate
> others
> *Ifa* said, this person's head (destiny) will
> not be against him
> And he will keep progressing
> Ase.

99/100 SUPPLICATION/PRAYER TO AVERT
MEDICAL SURGERY

If we chant *Ifa* corpus for this person, *Ifa* said he will not
have cause to undergo surgery
The problem of insufficient water
Insufficient blood
Surgical blade will never touch this one:

> **Song:** Where the pouch rat was recuperating
> A catapult pierced into his body from the
> left side

The pouch rat was recuperating
It opened its mouth in anguish pain
The lack of a wife is a problem which one
should not keep silent about
Kánákáná (Crow bird) screamed with all
its might
Divined for Ọ̀rúnmìlà
Ifa told him that
Since he doesn't have a spouse, here is a
big rat at this time
Compatibly, two good virtues relate
Compatibly
Ifa said he won't allow this person's health
to go bad to the extent of requiring a
medical surgery
Honour will work in his favour
Ase.

101/102   SUPPLICATION/PRAYER FOR
UNDERSTANDING

If *Ifa* corpus is chanted concerning this person, *Ifa* said
the wisdom of the morning will be at his disposal
The afternoon understanding will be at his disposal:

   Song: He said, *kúkúndùkú* (Syzygium
            aromaticum) leaves usually flourish
            flamboyantly
            Too much of charm usually intoxicates the
            carrier
            If you have countless number of charms
            If you are a dishonest person they would
            not be potent

A good heart is better than charms
Divined for the divinity of *Sàrárę̀ Sę̀rę̀gbò*
That was coming from heavenly abode to
the earth
It will not be far or long
We should be found in abundance of
goodness
We usually meet people in abundance of
goodness at the feet of the king of divinities
(Orisa)
Ifa said, regard, understanding shall be at
this person's disposal
Among his peers
Among his mates
In the society
He will always have understanding
His brain will not be disrupted
Ase.

103/104   SUPPLICATION/PRAYER FOR A MEANINGFUL LIFE

Anyone for whom this *Ifa* is being chanted will lead a meaningful life:

Song: He said, my outlook is not befitting
My appearance doesn't portray human
Onde was my benefactor and that's why I
am presentable
Divined for Ọ̀rúnmìlà
Ifa woke up
Ifa observed the happenings in the world
It will not be far or long

> We should be met in abundance of
> blessings
> We usually meet people in abundant
> blesings at at the feet of the king of
> divinities.

Ifa said this one's prayers will be answered
His lot will not be destroyed
Honour will work in his favour.

105/106 SUPPLICATION/PRAYER AGAINST PESTILENCE/DISEASES

If we chant *Ifa* corpus for this one, *Ifa* said disease shall not be his portion
God Almighty will always protect him:

Song: We do not stay long on the farm without arresting a thief
Divined for *Alápayàyí*
The offspring of the one who propitiates with matured cobra
The star did not arrive
The one who averts death, the one with big arms, the lead-star
Ifa said this one, my mothers (divinities) will not let him fall into problem of disease
Internal disease
External disease
He won't experience pestilence
Ase.

107/108   SUPPLICATION/PRAYER FOR ABUNDANCE

If we chant *Ifa* corpus for this person, *Ifa* said he will have abundance and left-overs:

Song: He said, It is very cold like the harmattan
Very very cold in the early morning
A male quail bird
A female quail bird
Having a desperate countenance
Performed *Ifa* divination for *Olúkòso lààlú*
Lúbánbí the offspring of the one who encounters two hundred enemies and becomes victorious
Gbàràgá was in-between *Ose* (tree) in the midst of the enemies
He said, I should triumph triumphantly
Over two hundred enemies, I should triumph triumphantly
Two hundred enemies
He said I should triumph triumphantly
Over two hundred enemies, I should triumph triumphantly
Two hundred enemies
Ifa said this one will have abundance
He will also have left-overs.
Ase.

MEDIATOR/SOLICITOR/SPOKESPERSON

Song: Every tree faces God
They are fighting in support of the divinities

Performed *Ifa* divination for *Alùgbónkúlé*
That was saying the mind of *Agbonmìrègún*
Every tree faces God
Divined for *Òrúnmìlà*
Ifa was in the custody of the witches
He was asked to make sacrifices
It should not be far or long
We should be found in abundance of
goodness
We usually find someone in abundance of
goodness at the feet of the king of divinities
Ase.

111/112 PRAYER FOR THE FUTURE

Ifa said concerning this one, his present life
His future
Will be good:

Song: We usually return home with the one
whom we sojourned together
The dog usually follows whoever it meets
Divined for the Snake... Fix your gaze at
me for blessing
Eèjíwóré'
Ifa fix your gaze on me for blessings
Eèjíwóré'
When we fix our gaze on someone he gets
wealth
Eèjíwóré'
Ifa fix your gaze on me for blessing
'Eejìwòrè'

When we fix our gaze on someone he is
emboldened
We will always give birth
We will always have all round goodness
'*Ejìwòrè*'
Ifa fix your gaze on me

Ifa said concerning this one, his present life
His future
Will then be easy
Ase.

113/114 SUPPLICATION/PRAYER FOR VISITOR

Song: The diastema is the beauty of the teeth
The straightness of the neck is its beauty
A robust breast is a honour for a lady
Divined for *Dèràró* the offspring of the
one who used ten cutlasses as sacrificial
items because of his child
It will not be far or long
We should be found in abundance of
goodness
He said, he arrived well
He walked well
He knows how to arrive timely
When we were on visitation to *Perebe's*
house, was when he gained his voice
completely
Yes! He gained his voice completely
He knew how to walk/arrive timely
Araji-gorogba who was enthrone as the

king in Ibini town
Ájegódógba
You should wait, so as to help restructure
our land
Ájegódógba.

Ifa said we will all have good visitors.

115/116 PRAYER FOR RICHES

Ifa said the *Aje Olokun* (the divinity of riches) will abide
with this person:

Song: *Ini rinrin,* the Priest of Olokun (the Ocean
goddess)
Performed Ifa divination for Olokun
When she scooped water from the ocean to
wash her face
Ini rinrin the priest of the Olosa (the sea
goddess)
Divined for *Olosa*
Season… season does not lack
Ini rinrin arrived, the Priest of *Olokun*
It was *Ifa* who transformed *Olokun* into a
divinity to whom people must pay
obeisance once they wake up every morning
Ifa said the goodness of riches
The goodness of money
The goodness of wealth
All round goodness will come to this one
It will abide with him
Ase.

117/118   PRAYER OF TRADITIONAL RELIGION

When we wake up in the morning to pray
We pray that;

Song: Ọsẹ́ Ọsẹ́ o
Ọ̀yẹ̀ ọ̀yẹ̀
Divined for *Akíoró* the offspring the male
child of *òde òǹkò*
Òǹkò does not have any relative
If *Akíoró* does not exist
Akínoró is father *òǹkò*
Ifá, if I am simple, you see me

119/120   SUPPLICATION/ PRAYER FOR GOOD FORTUNE

Song: It is by being fortunate that one becomes
king
It is in search of fortune that makes one
sojourn to a distant land
Performed *Ifa* divination for Ọ̀rúnmìlà
Ifa wanted to woo the daughter of *Aro*
Aro's defiance did not anger me again
I have seen the issue as powder with which
I robbed my body
Ifa said his head (destiny) will direct him to
a place of good fortune.

121/122   SUPPLICATION/PRAYER FOR FREEDOM FROM BONDAGE

If we chant this *Ifa* corpus for this person and he's eulogized for this, *Ifa* said he will be freed from bondage
And his belongings won't be destroyed
Honour will work in his favour:

> **Song:**   Òtúrù pọn (A corpus in *Ifa*)
> The one who backs a child and suddendly drops him
> A divination for Òrìṣàlá
> The sage was in the enemy's camp
> It will not be far or long
> We should be found in abundance of victory
> We usually find victory at the feet of the king of divinities.

Ifa said this one will be free from bondage
Of death
Of sickness
Of loss
Of strife
Of injury
From leprosy, he will always be free
Ase.

123/124   SUPPLICATION IN THE TRADITIONAL RELIGION'S WAY

> **Song:**   The Ocean spreads vastly
> The Sea spreads widely
> Aláyé ń rayé, the priest of the earth

Alásà rásà, the priest of the heaven
The elderly devotees reflected in concert
and observed that things were not the way
they should be
They used hair to cover their noses
They used their beards to cover their bellies
Divined for the ancient religion which was
shaky on earth
Divined for the ancient religion which was
shaky in the heavenly abode
He said, one's father is his ancient religion
One's mother is his ancient religion
One's head (destiny) is his ancient religion
It is the ancient religion we practiced in Ife
Before worship propitiate the hill
Ifa said our ancient tradition will not be
destroyed.

125/126   SUPPLICATION/PRAYER TO IMBIBE CHRISTIAN FAITH

Ifa said that one's faith is his mind:

> **Song:**   The ocean solely harbours snail
> *Òkòsí* harbours *igèdè*
> The world recently turned to a violent one
> An *Ifa* divination was performed for *Òkòsí*
> which is sacred item
> He said, do not kill it
> It's their sacred animal
> Anyone one who kills *Òkòsí*
> Will die with it
> He said do not kill it

It is their sacred animal
Ifa said, this one should have faith in his
undertakings
And honour will work in his favour.

127/128 PRAYER OF A MUSLIM

It is peace:

Song: To supplicate in the mosque
To place the legs in the right position/
order
To feel at home in the sanctuary
Divined for Ọrúnmìlà
Ifa is the husband of *Aawa*
Ifa is the husband of *Gambi*
Ọrúnmìlà wanted to woo *Aawa*
Ifa planned to woo Gambi
Ọrúnmìlà eventually married *Gambi*
And also married *Aawa*
We transformed our *Ifa* corpus into Islamic
tenets
It translated into two stanzas of *Otua* (An
Ifa Corpus).

129/130 PRAYER OF OTHER RELIGION DEVOTEES

Song: Àhárá is the father
Àhárá is the father
The one we met, already residing in a
particular place, is the father
The one we met, already residing in a

particular place, is worthy to be one's father
Divine for the father in Islamic faith
The one with a fearful insight
It should not be far on long
We should be found in the abundance of
victory
We usually find abundant victory at the
feet of the king of divinities
Orugba is the priest of *Etìmọgbà*
That made a divination for *ẹtìmọgbà*
The one who clears bushes underneath the
oak tree
Both in the rainy and dry seasons
Etìmọgbà, the priest doesn't die.

Ifa said none of us will die
And honour will work in our favour.

**131/132   SUPPLICATION/ PRAYER TO CURRY
THE EARTH'S FAVOUR**

Song: He said, one picks the sand alongside
stones
The *Ifa* priest with a hoe-like hand divined
for the hoe
One picked the sand alongside stones
The priest of the earth (ground) divined for
the earth (ground)
One picked the sand alongside stones
The grand *Ifa* priest had a clothe
He wore the clothe to cover nakedness
The foetus does not hear the news of hoe's
death

We do not usually hear about the news of clothe's death
Ifa said there is no death concerning any of us.
Ase.

133/134 SUPPLICATION/PRAYER FOR RAIN

If the rain is coming
Honour shall work in our favour:

> *Song:* In the place of òsέrẹyìn (Inner place for ritual)
> The *Ifa* priest of Water divined for Water
> He said, so the elders mentor human beings
> Come rain or shine (dryness), we don't see scars on water.

135/136 SUPPLICATION/PRAYER AGAINST EVIL NEGATIVE EFFECTS OF WATER

The new fresh water
Ifa said we will not be carried away by the wordly river
We won't experience the wrath of Òṣ*un*
Homage to our goddess, Òṣ*un*
Ase.

> *Song:* The fresh water which always comes with freshness
> Divined for the fish
> Which usually bring things from the heaven's abode

He said, I won't leave the home of the crab
to deliver the message of the fish
Is it the fish or crab?
The positive one is the crab
Is it the fish or crab?

We will not be carried away by the terrestrial water
(River)
Ase.

137/138 SUPPLICATION/PRAYER AGAINST WHIRLWIND

Ifa said, whirlwind, wind will not blow any of us away:

Song: In the scary place of Ikole
The legs easily slip there
The sacred chameleon could not be enough
as a head-gear which I will tie right from
the head
Divined for the culture custodian of Ìjẹbú
My today, they called forth the wind
My tomorrow, they called forth the wind
The caller of wind was calling the locust
bean seller
The caller of wind was calling the palm-oil
seller
The caller of wind was calling the salt seller
The caller of wind who usually beckoned
successfully
The one who beckoned on the divinities in
Ìjẹbú

Good fortune usually begets new good
fortune
My lot is exactly like that of the caller of
wind
The leaves of forgiveness usually totals two
hundred
My lot is exactly like that of the wind caller
Ifa said that evil whirlwind will not blow
on any of us
Ase.

139/140 SUPPLICATION/PRAYER AGAINST EARTHQUAKE/SLIPPERY GROUND

The ground will not slip any of us off:

Song: A spacious ground is the antidote for a
slippery floor
It is the terrestrial *Ifa* priest who divined
for the earth (ground)
The Earth which has reached heaven before
coming to the earth
It should not be far or long
We should be found amidst abundant
goodness
We usually find abundant goodness at the
feet of the king of divinities (Orisa)
A spacious ground is the antidote for a
slippery floor
Performed *Ifa* divination for Ọrúnmìlà
Ifa woke up
Ifa touched the water the water inside the
pot of the evil agents

He said offering the prescribed sacrifice
usually pays
Disobedience to the prescribed sacrifice
usually spells doom
It will not be far or long
We shall be found amidst abundant victory

Ifa said the slippery ground
The earthquake will not swallow any of us
Morning mayhem
Night mayhem, will not befall any of us
Ase.

141/142 SUPPLICATION/ PRAYER FOR FARM CROPS

Ifa said if this one plants something
If he wants such plants to grow well
The crops will yield well:

> *Song:* The goods bought with money is usually
> sold to make profit
> Divined for the *Ara-fejo-oba* that was on a
> priesthood journey to *Ojurumekun*
> It will not be long or far
> We should be seen in the abode of goodness
> We usually find abundant goodness at the
> feet of the king of divinities
> *Ifa* said concerning this one, his things will
> be good
> *Ase*.

143/144 SUPPLICATION/PRAYER AGAINST ANIMAL ATTACK

May we not be victims of evil occurrence
Evil occurrence
Evil wind
Evil animal
Will not attack any of us
And honour will work in our favour:

> *Song:* We should approach it from the fore
> We should approach it from the rear
> Divined for two hundred spies going to
> repair the vehicle
> Do not let my vehicle fall
> *Erijialo*
> *Ifa* do not let terrestrial animal injure us
> *Ifa* said dangerous animal will not attack
> any of us
> *Ase.*

145/146 SUPPLICATION/PRAYER AGAINST THUNDER THAT STRIKES FROM ABOVE

> *Song:* *Buru buru* is the harbinger of thunder
> *Buru buru* is the thunder which strikes
> with great lightning
> A male quail,
> Female quail
> They displayed their comb on the head
> conspicuously
> Divined for *olúbánbí*

The child of the one who encountered two
hundred foes and conquered
Gbàràgá was in-between *Ose* tree in the
midst of foes
He said I should engage the thunder to
conquer
I should engage the thunder to conquer
two hundred foes
Two hundred foes.

Ifa said *sàngó* (god of thunder) will not work against us
And it will honour us during the rainy and dry seasons.

147/148 SUPPLICATION/PRAYER TO CURRY THE FAVOUR OF THE MOON

He said, the one which makes the moon moves with a
resounding tone
How good the aura of the moon is at night
That shines and cuts across the earth
Ifa said that our lives will be prosperous:

> **Song:**   Accompany me to a reasonable point, *Ifa*
> priest escort me still
> Accompany me far, *Ifa* priest escort me far
> You can't accompany me far
> You can't accompany me to a far point
> where there won't be provision for *Ifa*
> guidance
> Divined for the moon
> That was coming from the heavenly abode
> to the earth
> He said, the one which makes the moon

moves with a resounding tone
It was when the one who makes the moon
to move with a resounding tone became a
dignitary that the earth became settled
He said, the one which makes the moon
moves with a resounding tone.

Ifa said that our lives will be settled
It shall enjoy peace
It shall be void of trouble
Ase.

149/150 SUPPLICATION/PRAYER TO CURRY THE FAVOUR OF THE STAR

Ifa said our individual stars
Our glories will shine forth:

Song: He said it was *oyekú* (Ifa corpus) was
the solution
The priest of *Awinwin*
Divined for the Star
That was in the midst of enemies
In the midst of three enemies
This is Star, amidst three enemies

Song: How can his lot be good?
How can he experience breakthrough?

The star was told to offer a sacrifice
And his glory will shine forth
After offering the sacrifice, his glory shined forth:

Song: He said it was *òyèkú* (*Ifa* corpus) was the
solution

The Priest of *Awinwin*
Divined for the Star
That was in the midst of enemies
It will not be far or long
We should be found in abundance of
goodness
We always meet people in abundance of
goodness at the feet of the king of divinities.

151/152 SOUL LIFTING SUPPLICATION/PRAYER

If this *Ifa* corpus is chanted for this one, *Ifa* said he would
always be happy
He will be healthy:

> *Song:*   If a market scatters
> We blame the leader of the traders
> We met an important person at the market
> place
> The heir apparent of *Sarai*
> Divined for good fortune, the mother of
> *Ògún*
> Divined for good fortune, the mother of
> *Àja*
> Divined for good fortune, the mother of
> *Ọsọsì*
> On the day they were deliberating in
> heaven's abode
> *Ògún* said he would bring his mother's
> good fortune to the earth
> *Ògún* tried but couldn't pack them
> Aja said he would bring his mother's good

fortune to the earth
Aja tried but couldn't pack them
Ọ̀sọsì said he would bring his mother's
good fortune to the earth
Ọ̀sọsì tried but couldn't pack them
Ọ̀rúnmìlà said he would bring his mother's
good fortune to the earth
He was asked of what he would use to
bring his mother's good fortune to the earth
He said the leaf of good fortune is exactly
the name of good fortune
The root of good fortune is exactly the
name of good fortune
The dove usually use its left and right sides
to bring in blessing of wealth into an abode
Ifa, bring blessing of wealth unto us
The dove usually use its left and right sides
to bring in blessing

Ifa said if we chant this corpus for this person
Even if he is not in a good mood
He will be happy
And be very cheerful
Ase.

153/154 SUPPLICATION/PRAYER TO CURRY THE FAVOUR OF RAINBOW

Song: He said, we went somewhere in haste
And walking steadily when returning
Divined for the Rainbow
Which was in the midst of tough enemies

It should continue to offer sacrifices
He said, he should continually offer
sacrifice
Because offering of sacrifice pays
Disobedience to offering of sacrifice does
not pay
It will not be far or long
That we will be found in abundant victory
We usually find abundant victory at the
feet of the king of divinities *(Orisa)*
Ifa said this will be positive.
Ase.

155/156 SUPPLICATION/PRAYER FOR A SICK PERSON

Ifa said if this *Ifa* corpus is chanted for this person who is bedridden, he will be healed:

> *Song:*   Here, we offered hornbill to propitiate *Ifa*
> in the abode of *Alara*
> We offered vulture to propitiate Ifa on the
> hill of Ijero
> We offered quail to appease Ogun
> Divined for Ọrúnmìlà
> *Ifa* was afflicted with sickness
> *Ifa* was in the midst of enemies
> *Ifa* woke up
> *Ifa* was drinking the water of the evil agents
> every day
> He said, in my own case I will rise up (from
> sickness) quickly
> A Quail doesn't fall sick all day long

Ifa, in my own case, I will rise up (from
sickness) quickly
Ifa said anyone who is bedridden would
rise up

~ ~ ~

157/158 SUPPLICATION/PRAYER DURING BURIAL

Song: He said, if an *Ifa* devotee dies, the remaining
devotees usually perform the necessarily
rites on his behalf
It is the *Ifa* congregants who observe funeral
ritual after the demise of an *Ifa* priest
Whenever a Muslim cleric dies, they
usually announce and mourn him with the
other Muslim congregants
The inner members of the groove usually
perform the rites of a fallen hero
It is the elderly birds that perform funeral
ritual at the demise of an elderly bird
Lágbájá the offspring of ̣ọpẹ̀
Lágbájá the offspring of àgbọnmìrègùn
You are journeying with *Ifa* to good
heavenly abode
Pẹ̀bẹ̀ goes
Pẹ̀bẹ̀ returns
Divined for the one who does not sojourn
at all
So that no one would watch over one's
house in his absence
He said, *Ogùngbà oníròmọdẹ̀*
Divined for *oníròmọdẹ̀* that would
cover his head with clothe and act like a

masquerade
Ògìgbò, remove your legs on the ground,
Ifa is on course.

159/160 SUPPLICATION/PRAYER FOR THE DECEASED

If a person dies
And his *Ifa* corpus is chanted
All we ask on his behalf, he will hear:

> *Song:*   We are better-off with relatives
> We lean on kinship
> Òbùsùbùsù, the one who makes one to speak up
> If a new-born is coming to the ancient Ife town
> The father names him first
> Divined for *Lùjẹ̀* the son of Ọ̀rúnmìlà
> The one who worshipped masquerade alongside its devotees
> The one who worshipped masquerade alongside its devotees
> The potent word that incites fight
> The king of *ìyẹ́* should fight our cause in heaven
> The deceased will be awake and pray for the person (Supplicant).

161/162 SUPPLICATION/PRAYER FOR A NEWBORN

Song: Àkòlùkùlù węęwęę
Divined for a new born coming from
heavenly abode to the world
When the child lands he will call 'father'
When the child lands he will call 'mother'
When the child lands he will call 'father'.

Ifa said this child
Death will not take him
He will not fall sick:

Song: It is at edge of a placenta we find small
attachment
A corridor with large space
Divined for a new born coming from
heaven to earth
It will not be long or far
We will be found in the midst of many
children
We usually find many children at the feet
of the king of divinities.

163/164 SUPPLICATION/PRAYER FOR TWIN

If this *Ifa* corpus is chanted, the twins will pay us positively:

Song: I supplicated to conceive twin children not
one child
Divined for *Tayewo* and *Kehinde* (twins)
The two of them were coming to the earth
Divined for *Tayewo* and *kehinde*
Life was good for *Tayewo*

Life was pleasurable for *Kehinde*
Life was good for Idowu (the child born
after the twins)
Everything was good as years rolled by
Ẹrìjẹàlọ
Ifa, let this life be pleasurable for us than
the aforementioned children
Our prayers shall be answered
The deity of the twins shall favour us
So be it.
So shall it be
Ase.

165/166 SUPPLICATION/PRAYER FOR TRIPLETS

Anyone for whom this *Ifa* corpus is chanted, his prayers
will be answered
And his lot will not be destroyed:

> **Song:** He said, *pèpé* is the priest of the House
> *Ọgbàrà* is the priest of *ìgbáràde*
> It is the Sparrow that does not build a house
> And I was less concerned
> And it didn't bother anyone
> Divined for *òsọ̀mọ̀'s* child in Ife
> His father died and left him at a tender age
> His mother died and left him at a tender
> age
> He then became embittered and burst into
> tears
> He said how can he cope with life? How
> can he cope with life?

They said, the ancestral masquerade of the
house
Will always guide him
They said the divinity of the market
Will always guide him
He said he doesn't know the ancient
masquerade of one's house
He said he doesn't know the divinity of the
market place
They said, one's father is the ancient
masquerade of one's house
One's mother is the divinity in the market
place
He said if the rat,
the fish,
the bird
Or any game lands, he doesn't know
The God's emissaries
Come and help us resolve this issue
Ifa said his prayers will be answered
His lot will not be destroyed.

167/168 SUPPLICATION/PRAYER FOR THE
   PREGNANT

If we chant this *Ifa* corpus for a pregnant woman, she
will deliver safely
On the day of delivery, cockroach will not be aware
The ant will not also know
When she's pregnant
If she goes down on one knee
She will rise up with the other knee:

Song: He said, *Ogbe* should come home, the child
of ǫsìn
Ogbe come home, the offspring of *Orà*
Ogbe, come home , the offspring of the
tender *Ògún*
Divined for a pregnant woman
That was coming from heaven to the earth
It will not be far or long
We should be found amidst children
We usually meet plenty of children at the
feet of the king of divinities.

Ifa said if she gets pregnant she will always deliver
safely
The issue of insufficient water/fluid
Insufficient blood will not be her portion
Ase.

169/170 SUPPLICATION/ PRAYER FOR APPRENTICESHIP

If we want to enrol a child for apprenticeship and this is
chanted for him, he will succeed:

Song: He said, *ǫyèkúwǫn* was able to swallow it
ǫyèkúwǫn was able to eat it
ǫyèkúwǫn mingled his mouth and
swallowed it
Divined for *Isin* who was lamenting on
lack of wealth
Whenever *Isin* grows and swells into the
bush

It spread on the bush to clear way unto
itself
It clears progressive ways for me
Ifa said, this person, if we enroll him for an
apprenticeship, it will yield good result for
him.

His lot will not be destroyed
And his prayers will be answered
He will prosper
Ase.

171/172 SUPPLICATION/ PRAYER FOR SUCCESS IN EXAMINATION

If this one is going for an examination and he wants to pass:

> *Song:*   He said, *òkànràn* (*Ifa* corpus) with big
> buttocks
> The two cowries with glowing eyes
> Divined for *itèkùn-olá* who was on a
> priesthood venture to the street
> *Ifa* priesthood is more profitable at home
> than the street
> *Ifa* said if this one goes for any examination
> He will pass
> And he will succeed
> *Ase.*

173/174 SUPPLICATION/PRAYER WHEN A LIFE IS IN DISARRAY

For his life to be sorted
For his life to be good
For his life to be hitch-free
If this Ifa corpus is chanted for him, his life will be hitch free
And it will be good

Song: He said, let us approach the *ógbètúá* corpus from the simplest
Let's adopt the approach for things to be softened
Divined for *Bèrèsènùmì*, the mentee of *Alárá*
He said, just be shaking the mouth
The team of *bèrèsènùmì*
Just keep shaking your mouths repeatedly till we acquire wealth
Till we acquire all goodness
Till we have victory
Just keep shaking your mouths
The team of *bèrèsènùmì*
Just keep shaking your mouths.

Ifa said if his life is in disarray and we chant this corpus for him
He will become prosperous ,even in the face of his enemies.

175/176 PRAYER FOR ỌRÚNMÌLÀ

If we want to call on Ọ̀rúnmìlà, if we chant this *Ifa* corpus, he will grant our supplication:

Song: The Palm oil looks good
Palm oil covers water
Water looks good
Water has taken over the palm oil
Awaye takes up the motherly role of *Ogele*
Oge takes up the motherly role for divinities
Divined for the (*Olosin*) the one who tenders livestock

The one whom sheep were growing well under his care
The egg seller didn't know how the sheep were giving birth
The one who tenders livestock was giving birth
The one who tenders livestock was selling sheep to become wealthy
Ifa said this one will be prosperous
He will make it
And Ọ̀rúnmìlà will have mercy on us
Ase.

177/178 SUPPLICATION/PRAYER FOR LIFE AMENDMENT

If a thing is about to be damaged
If we want to amend it
We will chant this *Ifa* corpus

Song: He said, "An issue not to be disclosed"
The father of *Alárá* divined for *Alárá*
An issue not to be disclosed
The father of *ìjerò* made divined for *ìjerò*
The issue which you said should not be disclosed
The issue which you said we should not know about
The whole world will resolve it for us
Divined for *Alaafin* (monarch) who reigns where mortar is easily rolled
The pestle was engaging the king's wife in illicit affair in a festive arena
He said, he must not develop headache
Ajiworo must not allow him develop headache
Owonrangun must not allow him develop headache
We live in the worldy steadily like a fragile egg
He must not develop headache.

Ifa said concerning this one, his life must not be in disarray
The head
The liver will not pain him
Ase.

179/180 SUPPLICATION/PRAYER TO CURRY ỌBÀTÁLÁ'S FAVOUR/BLESSING

Ọbàtálá, Ọbàtálá, Ọbàtálá
The great divinity

So, the *Ifa* said

He said lift me up so that I can chant positive *Ifa* corpus for you

Give me a soft landing so that I can be gracious to you

Divined for Ọbàtálá, the great divinity

That was coming from the heavenly abode to the earth

Steadfastness pays one, not being focused has a dire consequence

It will not be far or long

We should be found amidst abundant goodness

We usually meet abundant goodness at the feet of the king of divinities.

So be it

So shall it be

Ọbàtálá will be against us

He will support us

So shall it be.

Ase.

181/182 SUPPLICATION/PRAYER FOR ÒGÚN'S FAVOUR (GOD OF IRON)

Supplication through Ògún

Ifa said this one will not incur the wrath of Ògún

Ògún shall translate to riches for us

So, Ifa said

And Ifa said we will not experience the wrath of Ògún

In the morning, noon, and night, Yes

A place where the snail can thrive is an antidote to a slippery ground

I already made this divination earlier

A place where the snail can thrive is the antidote to a slippery ground

Divined for Ògún
Ògún the fierce fighter
Who uses fire to quench the rage of the enemies
That's coming from heaven to earth
It will not be far or long
That we will be met in abundance of victory
We usually meet victorious people at the feet of the king
of divinities.
He said that
We will not experience the wrath of Ògún
Ògún will not bathe with the blood of any of us
Ase
Yes

~ ~ ~

183/184 SUPPLICATION/PRAYER FOR QYA'S (RIVER GODDESS) BLESSINGS

Qya will not fight us
We will not experience the anger of the wind
Evil wind
Will not attack us:

> *Song:*   Where *Ogbe* (*Ifa* corpus) initially situated
> *Osun* (river goddess)
> There lie uncountable children
> Divined for Qya
> Qya was coming from heaven down to earth
> She was childless
> It will not be far or long
> We should be met among uncountable children

We usually find uncountable children at
the feet of the king of divinities
It will not be far or long
We should be met among uncountable
children
We usually find uncountable children at
the feet of the king of divinities
Ifa said that *Oya* will not be against any of
us
Ase.

185/186 SUPPLICATION/PRAYER FOR THE BLESSINGS OF OṢUN (*OṢUN RIVER GODDESS*)

The flourishing *Oṣun*, the one who is the chieftain of ayo
(local game)

Song: He said, the fruit is tiny
The groundnut is round in outlook
Divined for *Òsun*
Flourishing while Conception(child
bearing) witnessed the daybreak
Òsun said they should propitiate with the
tiny fruit
And a roundish groundnut
Till they covered the little nose
They offered the sacrifice made with the
tiny fruit
And the roundish groundnut
Oṣun will not fetch the water of disease
She will not fetch it into the belly of any
one of us
Ase

187/188 SUPPLICATION/PRAYER FOR IYEMOJA'S (THE FISH GODDESS) BLESSINGS

Ifá said *Iyemoja* (the fish goddess) is the same as *Òsun* (the *Òsun* river goddess)
She won't be against us
So be it
It shall be so:

> **Song:**   *Òtúrúpongbe* (*Ifa* corpus) backed calabash
> on its back
> *Omogbe* also backed the calabash on its
> back
> *Alólómoyan* (panegyrics of an *Ifa* priest)
> '*Alólómoyan*'(panegyrics of an *Ifa* priest)
> Performed an *Ifa* divination for *Oya*
> *Oya* that was coming from heaven to earth
> *Oya* had the problem of childlessness
> It will not be far or long
> That we will be found amidst uncountable
> children
> We usually find uncountable children at
> the feet of the king of divinities.

Oya will not be against us
In the morning, afternoon, night
We will not experience the anger of the wind
Ase.

189/190 SUPLLICATION/PRAYER FOR OLOKUN'S (THE SEA GODDESS) BLESSINGS

Olokun (the ocean custodian/goddess) will not fight us
The ocean will always work in our favour:

Song: Ìrẹ́ntẹgbè
Bini rin ni (The title of an *Ifa* priest)
The priest of *Olokun*
Divined for *Olokun* when she was coming
heaven to earth
She was suffering for the lack of money
Lack of riches
Huge money thereafter became the lot of
Olokun
Ifa made *Olokun* a personality which
people must pay homage to every morning
Ifa said that the ocean will favour us
We will not experience the anger of the
ocean
Ase.

191/192 PRAYER TO APPEASE ESU (The Police Divinity)

Song: Èṣù láàlú
Ajọ́ngọ́lọ̀ (*Esu's* panegyrics)
The man of the street
Who dwells in ọ̀sálugbè
Where ọ̀sá usually removes gourd from
the roof-top
The one whose presence fills the house
vigorously
Divined for 'Éṣù ọ̀dàrà (the trickster)
when he was coming from the heavenly
abode to the earth
Esu, do not harm me
I have offered sacrifice

Harm someone else
Esu, do not harm me
I have offered sacrifice
Harm someone else
Ifa said *Esu* will not fight us
So be it
So shall it be
Ase.

193/194 SUPPLICATION/PRAYER FOR ṢÁÑGÓ'S (god of Thunder) BLESSINGS

Song: It is to the one who sent us on an errand we
give report of the errand
Divined for Ọ̀rúnmìlà
He was going to initiate *Sango* into *Ifa*
priesthood
He said, the priest is in your care, *Mojùàrè*
(Initiates' custodian)
Àrè rárèrá Mojùàrè (Initiates' custodian)
The one that is not versed in *Ifa* corpus,
now in your care,
Mojùàrè
Àrè rárèrá Mojùàrè (Initiates' custodian)
The one who is well positioned to learn *Ifa*
corpus, now in your care, *Mojùàrè*
Àrè rárèrá Mojùàrè (Initiates' custodian)
The one who does not know anything
about
Ifa's knowledge is in your care, *Mojùàrè*
Àrè rárèrá Mojùàrè (Initiates' custodian)

Ifa said we will not experience *Sango's* wrath
Honour will work in our favour
Ase.

195/196 SUPPLICATION/PRAYER AGAINST CHICKEN POX

Song: He said, it's inside-water that does not have shrubs
It is the under-water that has no mud
Divined for *Sànpànná* (chicken pox)
That was in the midst of enemies
When coming from the heavenly abode to the earth
He was asked to be offering sacrifice
Offering the prescribed sacrifice usually pays one
Failure to offer sacrifice comes with dire consequence for one
It will not be far or long
We should be found in abundance of victory.

Ifa said we won't experience the wrath of the outer sage (*Sànpànná*)
We won't experience the wrath of *Sànpànná* (chicken pox)
He will be mild with us
He will always protect us
In the morning,
In the afternoon
In the night

All the time
It will be mild with us
We won't experience the wrath of the outer sage
(chicken pox)
So be it
So shall it be.
Ase.

~ ~ ~

197/198 SUPPLICATION/PRAYER FOR IFÁ'S BLESSINGS

Song: Ifa, the custodian of the sea
That turns one's sorrow to joy
Ifa the offspring of *Enire*
Ifa the offspring of *Enire*
The one who sits with riches
The offspring of *àjùúṣara*
Ọọdi ìlàrẹ
The anthill which traps elephant
Ifa said the *Ifa* corpus itself
Will be in his custody
It shall be well with us
He said, peace.

Song: The peace which the buffalo enjoys
He said he would now start wickedness,
Ogúnlé pleaded but he refused
Ọgbọ́n òkè irẹjì pleaded, he refused his plea
The leaders
Sages
And the insightful elders
They divined for *Òrúnmìlà*

Ifá traded its seven items and they
reproduced seven
He said if the wizards are angry
If the witches are angry
Osebe usually appeal to them
If the witches are angry
Osebe usually appeal to them
If the witches are angry
Someone's acquaintance doesn't beg and
one refuses the plea
Ifa, the sea custodian, the one who turns
one's sorrow to joy
Shall always enrich us
He will always be on our side
He won't be against us
So be it
And it shall be so
Ase.

199/200 PRAYER FOR MASQUERADE

Masquerade the head of love:

Song: A lot of masquerades are related
Salutation and ease
A divination for the masquerade
That's coming from heaven to earth
It's not far
To meet someone at the place of goodness
He said the cloth is for *Igunru*
Òdèro owns the compound
A divination for the masquerade that says

his thanksgiving is from the sea on earth
If the masquerade turns his back
He will put somethings on the ground
One's child is one's guide.

Earthly and heavenly masquerade
Will not fight us
It will make way for us
So be it.

201/202 PRAYER FOR RITUAL MASQUERADE

Ifa said our prayers will be answered:

Song: He said spoilt pounded yam
Spoilt yam flour
A divination for the ritual masquerade that
stood firmly by the last passage
The ritual masquerade said he saw spoilt
pounded yam
He saw spoilt yam flour
He should remove his cloth and go for the
last event
The ritual masquerade will not see our
children
It will favour us
It will make way for us
It will give us victory
So shall it be
By the authority of the creator
So be it.

203/204 SUPPLICATION/PRAYER FOR GÈLÈDÉ'S (MASQUERADE) BLESSINGS

Song: It is lamentation that usually precedes weeping
Regret usually ends a complicated matter
All important personalities were present
They couldn't find a sacrificial solution to the menace of regret
Divined for *Erúdè* the wife of *Aràká*
Today's good fortune, wait, do not leave
Àràká has bought a ram
Elephant, wait, do not leave
Àràká has bought a ram
Gèlèdé will not fight us
Gèlèdé will enrich us
It will direct its wealth countenance
To each and every one of us
And he will watch over each and every one of us
So be it
It shall be so
Ase.

205/206 SUPPLICATION/PRAYER FOR ÌGUNNUKÓ ÀGÉRÉ'S (THE TALL MASQUERADE) BLESSINGS

Ifa said *Ìgununu* (the tall masquerade) will enrich us
Ìgununu will be on our side

Song: He said, it is ọ̀sá (*Ifa* corpus) which usually watch over the house

It is *Ìwòrè* that usually watches over the street

It is the front-side that usually looks perfect

Divined for *Olú*, the heir apparent of the offspring of the parents who usually appears perfect like a horse

It will not be far or long

That we will be found in abundance of goodness

He said it is ọ̀sá that watches over the house

While *Ìwòrè* watches over the street

It is the front-side that usually looks perfect

Divined for *Ìgununu* (the tall masquerade)

Ìgununu that was coming from heaven's abode to the earth

It will not be far or long

We should be met in abundance of goodness

We usually find people in abundance of goodness at the feet of the king of divinities

Ifa said *Ìgununu* will not be against us

He shall enrich us

It will favour us

So shall it be

It shall be so

By the authority of Ọ̀rúnmìlà

Ase.

207/208 SUPPLICATION/PRAYER FOR QBÀLÙFÒN'S (DIVINITY) BLESSINGS

Our prayers will be answered
Qbàlùfọn will not spoil the lot of any of us
Our things will not be in disarray:

Song: He sent for me and I quickly stood to honour his call
It was the screaming of scarecrow that was shaking intermittently
Divined for Qbàlùfọn
Qbàlùfọn had a potential for riches
But lacked all good fortune
Can he become rich (*Obalufon's* inquiry)
Can he make it (*Obalufon's* inquiry)
He was asked to make sacrifice
And he would be rich
He will make it
He said, they sent for me and I quickly stood to honour the call
It will not be far or long
That we will be met in abundance of good fortune
We usually meet people in abundance of good fortune at the feet of the king of divinities
Ifa said Qbàlùfọn will enrich us
He will favour us
He won't be against us
Our lots will not be destroyed
So be it
So shall it be
Ase.

209/210 SUPPLICATION/PRAYER FOR A CROWNED KING

If this corpus is chanted for a crowned king, he will live long:

> *Song:* Where a fortunate destiny makes one become king
> It is a perfect oratorical skill that makes one possess the cutlass for wading evils
> Divined for Ọ̀rúnmìlà
> *Ifa* said you would become king over human beings
> It will not be far or long
> That we will be found in abundance of goodness
> We usually meet people in abundance of goodness at the feet of the king of divinities
> Ifa said this one's destiny that exalted him to the throne will prevent him from falling
> *Ase.*

211/212 SUPPLICATION/PRAYER FOR CROWNED KINGS' WIVES IN THE PALACE

If this *Ifa* corpus is chanted for king's wife/wives, she/ they will live long
Such people usually grow very old
They stay long in the land of the living:

> *Song:* He said, my head (destiny) strategically lead me to a pleasurable state
> My creator, strategically give me a soft-landing to a pleasurable place

Where my head (destiny) will take me to I
don't know
Divined for *Tàǹṣẹ́* that was going there
anytime
It will not be far or long
He should be found in abundance of
goodness
We usually meet people in abundance of
goodness at the feet of the king of divinities.
So shall it be
It shall be so
The King's wife/wives life shall live long
Ase.

213/214 SUPPLICATION/PRAYER FOR KING'S AIDES/PALACE GUARDS

If we chant *Ifa* corpus for this one
His lot will not be destroyed:

Song: He said, *Ogbèdín Ogbèdin*
Divined for *Ọrúnmìlà*
Ifa was in the abode of the witches, being
tormented
It will not be far or long
That we will be found in abundance of
victory
Abundant victory is usually met at the feet
of king of divinities
So shall it be
Our prayers will be answered
So be it.

215/216 SUPPLICATION/PRAYER FOR THE IFA PRIESTS/DEVOTEES

If this corpus is chanted for *Ifa* priests, they usually enjoy long life
They will succeed
Their lots do not destroy:

Song: Where *Oyeku* (*Ifa* corpus) flourishes
The horse's priest divine for the horse
The horse was coming from heaven to earth
He said offering of prescribed sacrifice usually favours one
While non-adherence to it attracts dire consequence
It will not be far or long
We should dwell in abundant victory
We usually meet people in abundance of victory at the feet of the king of divinities
Ifa said we will not regret our *Ifa* priesthood calling
So shall it be
It shall be so
By the authority of Ọrúnmìlà
Àgbọnmìrègún
The authority belongs to the Almighty
Ase.

217/218 SUPPLICATION/PRAYER AGAINST IMỌLẸ̀'S (CHILD'S DEITY) WRATH

Imọlẹ̀ will not turn against us
Imọlẹ̀ will favour us

> *Song:*   He said, *Ogbè* (*Ifa* corpus), back the baby properly
> *Ogbè*, back the child firmly
> Firmly tie the child in the tip of the back near the buttock
> Divined for *órè kuku*, the daughter of *àpáta*
> He said in the next twenty years *órè kúkù* cannot die
> The giant ant does not die prematurely on earth
> In thirty years' time *órè kúkù* cannot die
> The giant ant does not die prematurely on earth
> Twenty years,
> Thirty years
> Each and every one of us will not die
> *Imọlẹ̀* will not turn against us
> He will favour us
> We will succeed
> So shall it be
> It shall be so
> By the authority of *Ọ̀rúnmìlà*
> *Àgbọnmìrègún*
> The authority belongs to the Almighty.

219/220 SUPPLICATION/PRAYER FOR SETTING UP A MARKET PLACE

Song: He said, *òtó* (matured initiates) will uphold the pillar
Ìwòrè (young initiates) will support it firmly
Divined for *òfu ẹlòjù*
That was in the midst of affliction
He said, the goodness of good sales
The goodness of riches
All round goodness follows me to my house now
Envelope me with favour
It's only if one doesn't know the value of a personality that you don't voluntarily follow them
You and I must trek home together
Ifa said if we set up a market place, it will always be full
Full of money
Full of riches
Fullness of great aura it shall have
So be it.
So shall it be.

221/222 SUPPLICATION/PRAYER DURING HOUSE WARMING

If we chant the corpus blessings for house warming
His (supplicant) house will always be cool
It won't be hot:

Song: In the innermost circle
It was an *Ifa* priest who divined for the House
The House was in the abode of the enemies
Today, we would destroy the House
Tomorrow, we would destroy the House
But eventually we could not destroy the House
Rather, it added beauty to it
It pays the priest
Ifa said the house this one is parking into shall be pleasurable for him

223/224 SUPPLICATION/PRAYER FOR A WAYWARD CHILD

If this *Ifa* corpus is chanted for a wayward child
He will change for better:

Song: In a place where *òtú arápò* domiciled
The sitting stool went on a journey and didn't return
To have a peace of mind is better than untoward pain
Divined for *molárá* (the one with many relatives)
I have siblings but I do not have an advocate
There is no advocate like one's head (destiny), the head is one's destiny
There is no advocate like a mother, the mother is one's advocate
There is no advocate like a father, the father is a child's advocate

If we chant the *Ifa* corpus for the child in
this manner, he will turn a new leaf
He will be obidient
And change for better permanently
Ase.

225/226 PRAYER FOR MIRACLE

When something miraculous comes/happens
For the thing not to be destroyed
For his prayer to be answered
For everything he has not to be destroyed
It's eulogy will be chanted

> *Song:*　He said do not encounter the okro
> The vegetable knows no bound
> He used his palm oil for goodness
> A divination for Ọ̀rúnmìlà *Ifá* bought who
> bought ashes
> The world knows what we call to creature
> that rests on death.

Ifa said death, sickness
Sadnes will elude us
So shall it be
By the authority of Ọ̀rúnmìlà
Àgbọnmìrègún
The authority belongs to the Almighty God

227/228 SUPPLICATION/PRAYER FOR HELP/ MERCY

If this is chanted for someone
The mercy of God shall abide with him
Everything he is asking from the Almighty God
Mercy will work in his favour

> *Song:*   He said, a tiny rod touches the earth and reaches the heaven
> The *Ifa* priest performed an *Ifa* divination for the head (destiny)
> The head was coming from heavenly abode to the earth
> It will not be far or long
> We should be found in abundance of victory
> We usually meet people in abundant victory at the feet of the king of divinities
> *Ifa* said his creator will let him encounter mercy
> And his destiny will not work against him
> So be it.
> So shall it be.

229/230 PRAYER OF THANKSGIVING

> *Song:*   He said, *Mo-dú-pẹ̀* (I-give-thanks) the priest of the king
> Divined for the crowned king of Ọ̀yọ́
> The king that lived in the town and yet knew all that was transpiring among village dwellers

The heaven gave a month, *Ifa* I am grateful
Mo-dú-pẹ (I-give- thanks) therefore
became the priest of the king
The heaven protected *Mo-dú-pẹ* (I-give-thanks)
Ifa said this person's heart of gratitude will not turn sour
He has come to show gratitude
The gratitude/thanksgiving will be wholesome
So shall it be
It shall be so
Through Ọ̀rúnmìlà
Àgbọnmìrègún
The authority belongs to God Almighty.

231/232 SUPPLICATION/PRAYER WHEN SEEKING HELP OR FAVOUR

If this *Ifa* corpus is chanted and he is seeking help from people
God the Almighty will raise help for him:

Song: He said, it is tiny-like as a needle
Flat-like as rope material
Softened like the neck region of a container inside which silver is stored
Divined for the friend of ọ̀tẹ̀ *méjì* (A particular twin *Ifa* corpus) who supplicated on plenty goodness
It was when we supplicated two through ọ̀tẹ̀ *méjì* that we had wealth

Good! I have been asked to supplicate on two
It was when we supplicated two through ọ̀tẹ̀ *méjì* that we married wives
Good! I have been asked to supplicate on two
It was when we supplicated two through ọ̀tẹ̀ *méjì* that we became parents
Good! I have been asked to supplicate on two
It was when we supplicated two through ọ̀tẹ̀ *méjì* we overcame death
Good! I have been asked to supplicate on two
Ifa said his prayers will be answered
And he will succeed
So shall it be
It shall be so
Through Ọ̀rúnmìlà
Àgbọnmìrègún
The authority belongs to God Almighty.

233/234 SUPLLICATION/PRAYER FOR ADEQUATE SECURITY/PROTECTION

If *Ifa* is eulogized for this one, the creator will always protect him

Song: At the place of camwood tree
There lies loads of money
Divined for Ọ̀rúnmìlà

Ifá was coming from heavenly abode to the
earth
Ọrúnmìlà protect me
On the day of fight
On the day of warm embrace
Ọrúnmìlà protect me.

Ifa said he will always be protected
And honour will always work in his favour
And he will succeed
So shall it be
It shall be so
Through *Ọrúnmìlà*
Àgbọnmìrègún
The authority belongs to God Almighty.

235/236 SUPPLICATION/PRAYER FOR
CAREFULNESS/VIGILANCE

If we chant *Ifa* corpus for this person (supplicant), the
protection of Almighty God will always be upon him
He won't eat poisonous food
He won't drink poisonous drink:

Song: At *ògbùtú á gbọngún* (a sacred groove)
Ìwòrè (an *Ifa* corpus) thrived
Divined for *Fùfu ẹlùjù* who was in the
midst of affliction
He said, the goodness of wealth follow me
to my house right now
My body, become light now (so as to uplift
wealth)

It's now a case of following someone home
regardless of knowing him before
The blessing of wife
The blessing of victory
The blessing of not dying, follow me to my
house now
My body is light
It's now a case of following someone home
regardless of knowing him before
It will not be long or far
We should be found in abundant victory
We usually meet people in abundant
victory at the feet of the king of divinities.
So shall it be.
It shall be so.

237/238 SUPPLICATION/PRAYER AGAINST THIEVES

If we chant *Ifa* for this one
Morning thief
Afternoon thief
Night thief
Will not steal from him:

> *Song:* The path we cleverly threaded
> There, there it twisted them to the right
> It twisted them to the left
> A habitual drunkard
> A palmwine addict (drunkard)
> They are difficult in getting a full discussion
> If you engage them in a full discussion

They will twist you to the right
They will twist you to the left
Ẹgbọ lolúdè (An *Ifa* priest)
Divined for Ọ̀rúnmìlà, *Ifá* used a charm
which could prevent people from seeing
him
It could incapacitate the mouth to the
extent that it could not utter a word
It will not be far or long
We should be found in abundance of
victory
If this is chanted
Thief will not gain entrance
Ase.

239/240 SUPPLICATION/PRAYER FOR MIRACLE

If this *Ifa* corpus is chanted, something miraculous will
happen:

Song: In the place where we have Ógùndá (An *Ifa*
corpus) that we a used catapult-case
Look at the mouth of ọlọ́fà (The one who
uses catapult)
It was a particular catapult which dangled
the catapult-case
Divined for Ọ̀rúnmìlà
Ifa was being tormented in the abode of the
witches
It will not be far or long
We shall be met in abundant victory
We usually meet people in abundant
victory at the feet of the king of divinities.

Ifa said
Miraculous things, joyful things
Will always happen
So be it.

241/242 SUPPLICATION/PRAYER FOR ESTABLISHING A NEW TOWN/ SETTLEMENT

If we chant this corpus when to establish a town/settlement
The village will not wipe off:

> *Song:* In a place where we build kernel
> The dog usually thrives
> We don't build a kernel
> The dog usually thrives
> Will the dog eat kolanut?
> Divined for *Gbagbará*, the child of *Yèyé òsú*
> The one who usually made the child lie flat
> and covered him with breast
> We usually find the moon standing tall
> If we chant this corpus while establishing a
> settlement/town
> The town/settlement will not be in disarray
> Because it will be standing tall
> It will be experiencing growth and
> development
> It will always ascend
> So be it
> So shall it be
> *Ase.*

243/244 SUPLLICATION/PRAYER FOR UNPRECEDENTED WONDERS

If this *Ifa* corpus is chanted
All his possessions
Wonderfully
Beautifully
They (possessions) shall be:

> ***Song:***   In the place where Ọ̀sọ̀sà's catapult dangled
> Ọsọ̀sà followed them into the bush
> Ọsọ̀sà stayed by the side of the sea
> To prepare for the dead-night
> The dangling catapult, I said, is for the enemies
> Divined for the head (destiny)
> The child who has ancestral lineage
> He who hastens to better one's lot even before any deity
> *Ólùjù àjùwọn* (head-destiny's panegyrics)
> *Àfáláfalawé ò* (head-destiny's panegyrics)
> *Olómi àjùwọn* (head-destiny's panegyrics)
> *Ifa* said his creator will make always assist him to achieve unprecedented achievements
> He will not be involved in any crime
> So be it.
> So shall it be
> *Ase.*

245/246 SUPPLICATION/PRAYER FOR PROTECTION

Song: He said, it is a hunter who appeases the rain

It's a farmer who appeases the anthill

It's an *Ifa* priest who neither hunt nor farm that appeases the bottom of a gourd

It's a local barber who appeases the King's head (p destiny)

Divined for the earth which the Creator (Almight God) was bringing

The offspring of the one who threaded softly on ground to pave way for water

He said, if wealth is hard to come by

And indeed becomes difficult

And it's getting scarce

I am the one you should hand over the wealth unto

To me, you should hand over all goodness

Ifá said he will always be protected

The goodness of wealth shall continually be his portion

All round goodness will be his lot

No evil occurrence will befall him

And he will be victorious.

247/248 SUPPLICATION/PRAYER FOR PROGRESS

Song: We should stand to pluck oranges

We should wait to pluck oranges

All in the same direction

Divined for *òrógbóǹdù*

That lamenting (to the priest) about lack of wealth
It will not be far or long

We should be found in abundance of good fortune
We usually find good fortune at the feet of the king of divinities
Ifa said the goodness of wealth
All round goodness
Shall abide with you.

249/250 SUPPLICATION/PRAYER FOR MONEY

Song: He said, *dindin igúdá* (Priest's nomenclature)
Dìndìn igúdá
Divined for *Àdúgbólakà*
Who was craving for all round blessings
It will not be far or long
We will be found in abundance of goodness
We usually meet people in abundance of goodness at the feet of the king of divinities
He said, with loads of money, he arrived
The priest of the Bell
By this time next year, I would come to visit you
He said, with loads of money, he arrived
The priest of the Bell
Ifá said he would not make him lack money
So be it
So shall it be
Ase.

251/252 SUPPLICATION/PRAYER FOR HONOUR/ RESPECT

If we chant Ifa corpus for this person
Ifa said honour will work in his favour
In the morning
Noon
and night:

> *Song:*   He said, as I woke up
> I met the Mushroom and it stood tall
> I woke up very, very early
> It did not walk aimlessly or wretchedly
> with its two legs
> Divined for Ọ̀rúnmìlà who was a wash-
> man in àkámọ́ (a town)
> He said, what if they met you at their
> (people of àkámọ́) river
> Would they catch him (Ọ̀runmila)
> He said if he moved sideways
> Wherever he may be, water would spring
> forth
> He said his (Ọ̀runmila) honour was
> worthwhile
> He said, money should fetch him the
> honour
> *Ifa* said, the honour against death
> The honour against sickness
> The honour against loss
> The honour against strife
> The honour against injury
> The honour against leprosy
> The honour against diabolical call that
> results in death

The honour against diabolical call that results in calamity
Ifa said, such honour will work in favour of this person
This one will not encounter evil
It shall be so
So be it.

253/254 SUPPLICATION/PRAYER AGAINST HATRED

If anyone wants to hate you
If this Ifa corpus is chanted for him
Then the world will be gracious unto him:

Song: Anger does nothing good for one
Patience is the father of all virtue
An elder who is patient will live long even than his peers
It was the Ifa priest who divined for the head (Destiny) when he was coming from heaven to the earth
He said, my head do not hesitate to help me
Gradually
He said, my head do not hesitate to help me
He said the arm came and uphold the head
Gradually
He said my head do not hesitate to help me
Gradually
The leg came and uphold the head
Gradually

He said my head do not hesitate to help me
Gradually
It will not be far or long
We shall be met in abundance of victory
We usually meet people in abundance of
victory at the feet of the king of divinities
Ifá said he will give him victory
They would no longer be able to conspire
against him.

255/256 SUPPLICATION/PRAYER AGAINST REBELLION

Song: He said, freely we usually spread wings
Carelessly we blow away shrubs
We usually disposes a needless item
anyhow
Divined for *Agúnregúnwà* who is also
known *àgbọnmìrègún* (*Ọrunmila*)
It will not be far or long
We should be found in abundant victory
We usually meet people in abundance of
victory at the feet of the king of divinities.

Ifá said if people want to conspire against him
They won't be able to conspire against him again.

257/258 SUPPLICATION/PRAYER AGAINST ENVY

Song: He said *ìkáyẹkú*, the offspring of the one
who has abundant wealth

The offspring of the one who has abundant riches
Divined for *Ògún*
The one with pillar of warfare who was in the midst of the enemies
It will not be far or long
That we will be found in abundance of victory
We usually meet people in abundance of victory at the feet of the king of divinities.

Ifá said concerning this one, if we chant this corpus, he will have victory.

259/260 SUPPLICATION/PRAYER AGAINST ENCHANTMENT

Ifá said if this *Ifa* corpus is chanted, he will not let any evil enchantment work on him:

Song: He said, wickedness pays off for me I want to become the king in the dreamland
The wicked did not yield positive for me, I want to become a prime chieftain
Divined for the sage living in the forest
It will not be far or long
That we will be found in abundance of victory
We usually meet people in abundance of victory at the feet of the king of divinities
Ifa said they won't be able to enchant this one even if they are trying it
Ase.

261/262 SUPPLICATION/PRAYER AGAINST DIABOLICAL ARROW

Song: He said, the reduction of camwood powder
The reduction of money
The reduction of camwood powder, while
he slept from night till broad day light
Divined for Ọ̀rúnmìlà
The owner of the house where they usually
fight
Or you didn't hear the noise coming from
the house where they usually fight?
He said the palm-oil doesn't fall asleep
The shea butter does not asleep
Wherever the person is
He must not be able to sleep
He must not be able to rest
The dwellers of the house where fight
usually ensue, can't you hear the noise?
Or you can't hear your noise in the house
where you usually fight?
You can hear the noise.

Ifá said wherever he is, if this is chanted he would come
So be it
So shall it be.

～ ～ ～

263/264 PRAYER FOR SIBLINGS/KINSHIP TIES/ BOND

If this is chanted for him
His belongings will not be destroyed
Their relatedness will not be destroyed
Their cohabitation will become sweeter:

Song: He said, cock that crowed today, the crow
implied good fortune
Agbáfére was lamenting on the lack of
riches
The cock that crowed today, the crow
implied good fortune
Adákẹfánfà was lamenting that he has no
honour
The cock that crowed today, the crow
implied good fortune
Divined for the horse that went to the farm
in order to be wealthy
He said the Elephant always has honour
The Buffalo is ever honorable
Only the horse went to the farm in order to
be wealthy
He said the Elephant always has honour
The Buffalo is ever honourable
The Buffalo is ever honourable
It's only the horse that went to the farm
in order to be wealthy.*Ifá* said concerning
this one, their relatedness will make way
for them

It won't be destroyed
So be it
So shall it be.

265/266 PRAYER OF SPELLS

If someone hurts you
You will chant this:

> *Song:*   A liar will not accept to be one
> The wicked will not call himself a wicked
> Serve a drink to the liar and offer the wicked a kolanut
> Even kill a fatty goat
> The evil they talk about in their houses should befall them
> Divined for the one who usually does good on the earth
> Divined for the evil doer in heaven
> Wicked people are rich
> The wicked people are wealthy
> But their demise is usually inglorious.

267/268 SUPPLICATION/PRAYER OF Ẹ̀YỌ̀ ÀDÌMÚ (THE WHITE-CUSTUMED MASQUERADE)

> *Song:*   He said, there available an abode
> It's the aftermath we do not know
> Divined for Dòpẹ̀mú the one who appeases his head (destiny) with a quail for the sake of the child
> He said adherence to prescribed offering usually favours one
> Disobedience to it has dire consequence
> It will neither be far nor long
> That we will be found in abundance of blessings

We usually meet people in abundance of
victory at the feet of the king of divinities.

Ifa said if they supplicate
He said, twenty ceased
Thirty ceased
Ọ̀wàràn threw away the writing pen
Divined for wealth
Divined for Ọ̀rúnmìlà
They were both coming from heaven to earth
They were told to be offering sacrifices
It will neither be long nor far
We will be found in abundance of goodness
We usually meet people in abundance of goodness at
the feet of the king of divinities.
Ifa said if they supplicate
Their lot will be positive
And their endeavours will be easy
It will be successful
So shall it be
It shall be so
Through Ọ̀rúnmìlà
Authority belongs to the Almighty God
Ase.

269/270 PRAYER FOR ẸLÚKÚ'S DEITY

If this is chanted
Things will always be good
And always be fine and easy

Song: He said, *ogbè*, return the item to the owner,
refuse to return the item to the owner

Divined for Tìǹtìmù who was on a priesthood journey to the nerve-centre of Ọ̀yọ́

He was told to be offering sacrifices

It will neither be far nor long

That we will be found in abundance of goodness

It is with white teeth they usually divined for them in *Tedé* town

It was the loose gum-teeth that divined for them in *Táyọ̀* town

He said it wanted to eat teeth

It wanted to drink teeth

Divined for *Táyọ̀* who coveted another person's day and got a stock of fish in large number

He said, *Táyọ̀* you did not see the day

You were enjoying till you forgot heaven

It will neither be far nor long

That we will be found in abundant victory

We usually meet people in abundant victory at the feet of the king of divinities

So shall it be

It shall be so

Through Ọ̀rúnmìlà my father

Authority belongs to the Almighty creator.

FINAL SUPPLICATION/PRAYER

This thing we have done (prayers)

So shall it be

It shall be so

Wherever you take this divination prayer to
A trader usually witness good fortune
It will turn out to be good
You will not run at loss
You will not regret it
Your creator, your head
Will not work against you
If one's prayer is answered
It is as a result of the head (Creator)
If it's somehow
It is still one's head
A particular divination was made for the roof
The priest of *Oloyo*
Divined for the king of *Oyo* that had issue
A particular divination was made for the roof
You are the priest of *Oloyo*
I know that it is the head that u one
Prayer doesn't.

Ifá said your creator
Your head
Will not work against you
You will not have evil regrets
So shall it be
It shall be so
Through Ọ̀rúnmìlà my father
Àgbọnmìrègún
Authority belongs to the creator
Well!

Ọ̀rúnmìlà

Ìrọ́kẹ́ (used for Prayer)

ABOUT THE AUTHOR

A are Latosa Mabinuori Adegboyega, a cultural advocate and enthusiast, is a direct descendant of the 12th Aare Ona Kakanfo of Yorubaland who was also the 11th Baale (a position that later transformed to the Olubadan) of Ibadanland — the first African to combine military and civil leadership. He is a widely read man whose thirst for knowledge has taken to several countries of the world.

After his primary and secondary education in Nigeria, he moved to the United States of America in the sixties where he attended School of Business Studies in Randolph, Chicago and later the University of Metaphysics in Los Angeles where he graduated as a Metaphysician. The quest to know more led him to the Monastery of Seven Rays in Spain where he took a course in Spiritual Psychology and to Bombay, India where he studied Homeopathy.

For the love of his race and people, Aare Latosa returned to Nigeria as a renowned Metaphysician to help enlighten his people spiritually and open their eyes to the abundant spiritual and cultural resources that the Almighty has bless them with. In his attempt to do this, he has written several books as an accomplished author, some of which are: Our Life Can Become a Miracle, Great Divine Power, and Ancient Knowledge Unlimited, to mention but a few. He is the Publisher of Gists Magazine and the Executive Producer of *Iwe Mimo*

Ifa Adimula: Ohun Enu Olodumare and The Holy Book of Ifa Adimula: The Sacred Voice of God.

In recognition of his impact, he has been honoured with over thirty-five chieftaincy titles and several awards of excellence by institutions and organisations. He is the Mogaji of the Aare Latosa Family, the current Culture Ambassador of Oyo State, Nigeria and the President of International Cultural Organisation Centre for African Culture and Tradition.

CPSIA information can be obtained
at www.ICGtesting.com
Printed in the USA
LVHW030803251122
733912LV00007B/327

256 IWURE

Agbara Adura Omo Yoruba

~ ~ ~

256 IWURE
Agbara Adura Omo Yoruba

Mabinuori Adegboyega
Aare Latosa

Safari Books Ltd
Ibadan

Published by
Safari Books Ltd
Ile Ori Detu
1, Shell Close
Onireke
Ibadan.
Email: safarinigeria@gmail.com
Website: http://safaribooks.com.ng

© 2022, Mabinuori Adegboyega Aare Látòsà

ISBN: 978-978-59508 -5-4 Cased
        978-978- 59508 -6-1 Paperback

DEDICATION

A fi ìwé yìí jìn fún Àrẹ̀mú Sànùsí Àlàbí Aare Látòsà (Ọmọ torí ogun wáyé). Sun un re o bàbá mi.

CONTENTS

viii

ix

ÒRÒ ÀKÓSỌ

Ní ilẹ̀ Yorùbá, ìwúre jẹ́ ohun àdúrà pàtàkì tí àwọn bàbá àti ìyá wá máa ń ṣe tó sì máa n jẹ bí idán. Ọ̀pọ̀lọpọ̀ ìgbà ni àwa Yorùbá máa ń wurẹ́ fún ohùn tó kú díẹ̀ ká tó àti ohun tó dára.

Òwe Yorùbá sì wípé, ohùn tó kúdíẹ̀ káà tó ń fẹ́ àdúrà, bẹ́ẹ̀ ní òhun tó dára náà si fẹ̀ àdúrà si, a sì ni ìgbàgbọ́ pé ìwúre ni ohun tí á lé ṣé tí ọ̀rọ̀ wá yóò fi máa gùn régé. Fún ìdí èyí, mó gbá ogún lọgo èyán ni ìmọ̀ràn pé kí wọn máa wúre lórí òhunkòhún tí wọn bá fẹ́ dá wọ́ lé àti gbogbo ọ̀rọ̀ ayè wọn.

Kí Olúwa gba ìwúre wa, kí ó sì bá ní mú lọ sílè àsẹ.

Àdúrà wa yóò gbá ọ.

Àṣẹ

Àbọ rú, Àbọ yè
'your propitation/libation/rituals will be successful'
Àbọ yè bọ ṣíṣẹ
'the end result of the rituals/sacrifices will be manifested'
Ogbó, atọ́ọ́
'may you live long and older than your peers'
Aṣùre, ìwòrì wòfún
'One for all, all for one'

Orin: Bí mo dúró, bí mo wúre ire mi ò ṣ àìgbà
Bí mo bẹ̀rẹ̀ bí mo wúre, irẹ mi ò ṣ àìgbà
A tótó, a tótó, a tótó arére
Ifá fẹ f'ọhùn ẹ dákẹ́

⌒ ⌒ ⌒

1/2 ÌWÚRE OWÚRỌ̀

Ojú tó mọ́ wa léní, ojúmọ́ ajé ní
Ọ̀pẹ̀lẹ̀ ló ní ó tàkún dèle, a dí fá fún pere gede
Èyí í tí ṣé ojúmọ́ mọ́
Ojúmọ́ tó mó wa lèní, ojúmọ́ ajé ni
Pere gede
Ifá òní yìí ojúmọ́ mọ́
Ojú tó mọ́ wa lé ní, ojúmọ́ aya ni
Pere gede
Ifá óní yìí ojúmọ́ mọ́
Ojú tó mọ́ wa lé ní, ojúmọ́ ọmọ ni
Pere gede
Ifá óní yìí ojúmọ́ mọ́
Ojú tó mọ́ wa lé ní, òjúmọ́ ire gbogbo ni
Pere gede
Ifá óní yìí ojúmọ́ mọ́
Ọkọ mi ẹ̀là s'óde
Ba ra mi ẹ̀là s'óde
Ọlórun jẹ ojúmọ́ ayọ ó maa mọ wa
Ojúmọ́ tó mọ́ wa ló ní

Ojúmọ́ mọ́ ire ni
Ọyẹ̀là, a dí fá fún pere gede
Tí ń t'ọ̀run bọ̀ wá s'ílé ayé
Ojúmọ́ tó mọ́ wa lé ní
Ojúmọ́ ajé
Ojúmọ́ ire gbogbo ni
Pere gede
Ojúmọ́ tó mọ́ wa lé ní
Ojúmọ́ ajé, ojúmọ́ owó, ojúmọ́ ọlà, ojúmọ́ ọmọ
Ojúmọ́ ire yóò ma ṣ'ojú gbogbo wa o
A ò ní ṣán kú o
Àṣẹ

～ ～ ～

3/4 ÌWÚRE ÒSÁN

Ọsán pọn kọnrí kọnrí
Awo wọn lójúde Ẹgbá
Ló dífá fún wọn lójúde ẹgbá
Ní ibi tí wọn jí
tón ń gbé kọrin ojúmọ́ ire gbogbo
Kè pẹ́ kè jìnnà
Ká bá ni wọwọ ire
Ọ̀wọ́ ire làá bá ni lẹ́sẹ̀ ọba òrìṣà
Ọ̀sán pọ́n kọnrí kọnrí
Awo wọn lójúde Ìjẹsà
Ló dífá fún wọn lójúde Ìjẹsà
Ojú ire gbogbo ló ń pọn wọn
Kè pẹ kè jìnnà
Ká bá ni wọ̀wọ́ ire
Wọ̀wọ ire làá bá ni lẹsẹ ọba òrìṣà

5/6 ÌWÚRE ALẸ́

Iná ní í ṣe awo alẹ́
Òkùnkùn ní í sawo kadìrẹ
Odù ní í sawo àpésìn pitipiti
Dífá fún Adéléyẹ tí mo jí sè gbé rè ọmọ
Nígbà tí yóò bìí
Ó bí ọmọ ló parí ọlá
Nígbà tí yóò bìí
Ó bí ọmọ ló dùn ń ṣẹ̀ yẹ
Nígbà tí yóò bìí
Ó bí kò sóhun tó wuyì t'ọmọ láyé
Alẹ́ lẹ́ lẹ́ nwò gbọ́ poroporo gu dó
Ọ̀gànjọ́ gàn nwò gbó ohùn yọ̀yọ́ kọ́ṅkọ̀ sọ̀
A dí'fá fún Ọ̀rúnmìlà
Ifá ń bẹ lákàtà ẹkọ́ ọmọ ẹlẹyẹ
Kè pé kè jìnnà
Ká bá ni laàrú ṣẹgun
Àṣẹ

7/8 ÌWÚRE Ọ̀GÀNJỌ́ ÒRU

Ifá sọ pé
Lónìí ìdágìrì òru
Ìdágìrì ọ̀gànjọ́
Kò ní dá ẹnì kọ̀ọ̀kan wa
Àṣẹ
Ìdágìrì

Orin: A dí'fá fún Ọ̀rúnmìlà
Ifá ń bẹ lákàtà ẹkọ́ ọmọ ẹlẹyẹ
Kè pé kè jìnnà
Ká bá ni laàrú ṣẹgun
Ìdágìrì ọ̀gànjọ́
Ìdágìrì òru

Kò ní dá ẹnì kọ̀ọ̀kan wa
Ọ̀wọ̀ ó jẹ́ fún wa ọ́
Yóó rí bẹ́ẹ̀
Yóó ṣe bẹ́ẹ̀
Àṣẹ

9/10 ÌWÚRE ÀÁRọ̀ KÙTÙKÙTÙ

Orin: Éyì tí mo jí
Mo bá Olú
Olú lé té té té
Éyì tí mo jí
Mo bá Olú
Olú lé té té té
Wọ́n ní kílódé
Tí Olú fi jí
Tó fi lé té té
Ó ní torí ire ajé
Ó ní torí ire aya
Ó ní torí ire ọmọ
Ó ní torí ire gbogbo
Lóhùn fi jí
Lóhùn bá Olú lé té té té
Òwúrọ̀ kùtù ilẹ tó mọ́ wa láàárọ̀ kùtùkùtù yìí
Ire ajé
Ire owó
Ire ọlà
Ire ilé kíkọ́
Ire ìgbéga
Yóò máa bá ẹni kọ̀ọ̀kan wa
Ọ̀wọ̀ ó jẹ́ fún wa
Ààbò Olódùmarè yóò máa jẹ́ fún wa
Yóò rí bẹ́ẹ̀
Yóò ṣe bẹ́ẹ̀
Àṣẹ

11/12 ÌWÚRE IṢẸ́

Orin: Iṣẹ́ ni mo kọ́kọ́ ṣe
Kí n kọ́kọ́ kọ́ fà mi àkọ́dá
Mo jìyà jìyà kí n tó mọ̀ bó gbà
Mo jìyà títí kí n tó lọ relé je jirò ọl'ọ́mọ ọfẹ
A dí'fá fún Ọ̀rúnmìlà
Ifá ji
Ifá ò ró kan ayọ̀ọ́ná
Kè pé kè jìnnà
Ká bá ni jèbútú ire
Jebútú ire làá bá lẹ́ṣẹ̀ ọba òrìṣà
Iṣẹ́ owó
Iṣẹ́ ọ̀là
Iṣẹ́ ire gbogbo
Yóò máa bá ẹnikọ̀ọ̀kan wa
Yóò sì rí bẹ́ẹ̀
Yóò sì ṣe bẹ́ẹ̀
Àdúrà wa ó gbà
Àṣẹ

13/14 ÌWÚRE ALÁJỌBÍ

Alájọbí
Ǹkan ẹnikọ̀ọ̀kan wa kò ní bàjẹ́

Orin: Ọlẹ̀ rọ́gbọjọ ní gbà tí fi í jẹ bẹẹ
Inú bíbí ní p'ẹrú
Àádùn ní dùn 'wọ̀fà
Àì bí ni mọ́ ni làì ká ni mọ́ ni
A dí'fá fún fà nígbà tó ń sọ kalẹ̀ bọ̀ wá síléayé
Wọ́n ní àwọn tí kú ń pa sì sí ńkọ́
Ọ̀tọ̀ọ̀tọ̀ làá yọ f'obì sí
Ifá ọ̀tọ̀ọ̀tọ̀ kó máa yọ tàwa sí ti wọn
Àwọn tí àrùn

Òfò
Ìjà
Ìṣe
Ẹ̀gbà bá yọjú sí láti èsí ńkọ́
Ọ̀tọ̀ọ̀tọ̀ làá yọ f'obì sí
Ifá ọ̀tọ̀ọ̀tọ̀ kó máa yọ tàwa sí ti wọn
Ikú ni
Àrùn ni
Òfò ni
Ìṣe ni
Ẹ̀gbà ni
Yóò máa yọ ti gbogbo alájọbi
Yóò máa yọ ti gbogbo wa sọ́tọ̀
A nìí ṣe déédéé ibi
A nìí ṣe kòngẹ́ aburú
Yóò rí bẹ́ẹ̀
Yóò ṣe bẹ́ẹ̀
Àṣẹ

❧ ❧ ❧

15/16 ÌWÚRE ALAALẸ̀

Ilẹ̀ kò ní gbé ẹnìkọ̀ọ̀kan wa mì
Ilẹ̀ kò ní gbé ẹnìkọ̀ọ̀kan wa mì
Ilẹ̀ kò ní gbé ẹnìkọ̀ọ̀kan wa mì

Orin: Bíríkótó là á pilẹ̀ àwọn
           Tóbá dókè tán
           A gbodó
           A gbọlọ
           A dí'fá f'Ákẹ̀sán tí ń dajá lọ ní lẹ̀ ọ̀dájà
           Ó l'Ákẹ̀sán ń dádé
           Aya rẹ ń dájà
           Borí bá san ni
           À máa dájà
           Igba irúnmọlẹ̀ kò ní jẹ́ kí ǹkan ẹnikọ̀ọ̀kan wá bà jẹ́

Ẹlẹ́dàá wa kò ní ta kò wá
Àṣẹ

17/18 ÌWÚRE ÌGBÉYÀWÓ

Orin: Sìnmí títí awo sìnmí títí
Sìnmí jìnnà awo sìnmí jina
O ò le sìnmí titi
O ò le sìnmí jìnnà ko wá bá mi dé ìlosò tán wọ́n
ní'fá
A dí'fá fún ìyàwó tó ń relé ọkọ àwúrọ̀
Òòsà kó jẹ́ ń lẹ́ ni lẹ́yìn bíi ìyàwó
Kè pé kè jìnnà
Ká bá ni wọ̀wọ́ ire
Wọ̀wọ́ ire làá bá lẹ́ṣẹ̀ ọba òrìṣà
Ifá sọ pé òun yóò fún un ní ire ọmọ
Ire gbogbo
Ní ilé ọkọ tí ń lọ
Àdúrà rẹ̀ yó ò sì gbà
Yóò rí bẹ́ẹ̀
Yóò ṣe bẹ́ẹ̀
Àṣẹ

19/20 ÌWÚRE ÌKÓMỌJÁDE

Orin: Àkòlùkùlù wẹ̀ẹ́wẹ̀ẹ́
A dí'fá fún ọmọ tuntun tí ń t'òde ọrun bọ̀ wá sí
léayé
T'ọ́mọ bá ba lẹ̀ a pe baba
T'ọ́mọ bá ba lẹ̀ a pe ìyá
T'ọ́mọ bá ba lẹ̀ a pe baba
Irú ọmọ tuntun tí a bí lónìí

Ikú ò ní paá
Àrùn kò ní şeé
Yóò sì rí béè
Yóò şe béè
Àşę

21/22 ÌWÚRE ÌDÁ ŞÉSÍLÈ

Orin: Ọpá tínrín ló kanlè ló kàn ọrun
A dí'fá fún orí
Tán bá gàgà dí gò gú tó bá rẹ kan wálé aye
Ọrọ̀ ò kan egungun o
Ọrọ̀ ò kan òrìşà
Alábàáyé ẹni lọ́rọ̀ kàn
Ọpá tínrín ló kan lẹ̀ ló kàn ọrun
A dí'fá fún orí ọmọ àgànígògo tí ó şe alábàárìn
fún-un wálé ayé
Ọrọ̀ ò kan egungun o
Ọrọ̀ ò kan òrìşà
Alábàáyé ẹni lọ́rọ̀ kàn

Ẹlẹ́dàá wa
Orí ẹnikọ̀ọ̀kan wa
Kò ní bá işẹ́ ẹnikọ̀ọ̀kan wa jẹ́
Yóò sì rí béè
Yóò şe béè
Àşę

23/24 ÌWÚRE ỌJÀ TÍTÀ

Ẹni tó bá dá ọjà títà
Yóò máa tà
Yóò sì máa rí şe

Ifá sọ pé àdúrà eléyìí tó da ọjà títà
Ǹkan eleyìí kò ní bàjẹ́

> **Orin:** A dín dí ò dí
> A dìn dì ò dí
> A dá fíjí ò dí
> Tó gbó de ọ̀run dì
> Tí ó máa gbé ilé ayé tuu
> Ìgbà òdí di méjì
> Ayé tó yẹ ni
> Ifá sọ pé ọjà eléyìí yóó máa yá
> Ifá sọ pé ọjà eléyìí kò ní kù tà
> Ifá sọ pé ọjà eléyìí, ire, irẹ l'ojú owó ń rí
> Ire l'ojú ọlọ́jà ń rí
> Ifá sọ pé ire l'ojú eléyìí ó máa rí

> **Orin:** Níbi ọ̀yẹ̀ níhìn-ín
> Ọ̀yẹ̀ lóhùn-ún
> A dá'fá olé jèlé mo tore bí ọṣẹ
> Òní ikún olóyè ru fùlẹ̀fùlẹ̀
> Inú olóyè ru fùlẹ̀fùlẹ̀
> Ifá sọ pé orí eléyìí kò ní ta kòó lẹ́nu iṣẹ́ rẹ̀
> Lẹ́nu ọjà rẹ̀
> Yóò rí bẹ́ẹ̀
> Yóò ṣe bẹ́ẹ̀
> Àṣẹ

25/26 ÌWÚRE ÌFẸ́

Ifá sọ pé tí a bá ki ifá eléyìí
Ayé ó máa yọnú si ni
Ayé ò ní bínú sii

> **Orin:** Olú fẹ́ ni
> Ànà fẹ́ ni ọlá ń fẹ́
> Bódó bá panupọ̀ a là wáyé

Bí ògòdò bá panupọ̀ a là wáyé
A dí'fá fún Ọ̀rúnmìlà
Ifá tòjò bọ̀ wá sílé ayé
Ifá ni ẹ panupọ̀
Ẹ ṣé tèmi
Bódó bá panupọ̀ a là wáyé
Ifá ni ẹ panupọ̀
Ẹ ṣé tèmi
Bí ògòdò bá panupọ̀ a là wáyé
Ifá ni ẹ panupọ̀
Ẹ ṣé tèmi
Ifá sọ pé eléyìí
Aráyé kùnrin
Aráyé bìnrin
Wọn ó máa yọ́nú sii
Ifá sọ pé wọn ò ní tako eléyìí
Àṣẹ

⌣ ⌣ ⌣

27/28 ÌWÚRE ÌRÌN-ÀJÒ

Ifá sọ pé eléyìí
Tí igba eléèèfí bá ń lọ
Yóò máa lọ re
Yóò máa bọ̀ ọ re

    Orin: Ifá sọ pé ìdín òsùn
             Ìdín owó
             A dí'fá fún Ọ̀rúnmìlà fá gbógun lògbárù eṣìgbo
             Wọ́n ni ọmọ rògùn tọ́ iyè ọ́ mọ̀ le
             Ọ̀rúnmìlà ní kò lè le
             Báwo lo ṣe mọ̀ pé kò lè le
             Ó ní saré lórúkọ tí à ń pe opé
             Òsìbìà lórúkọ tá ń pe ọkọ̀
             Kí la ló ro taa pe oró
             Ògbéròfo lórúkọ tí à ń pe ìbọn

Ó wu lẹ̀ mọ̀ pé yóó máa jẹ́ fún òun
Ẹni eléyìí tó dára fún ifá yíí ọ̀wọ̀ ó máa jẹ̀ fún un
Eléyìí kò ní ríjà ògún

Orin: Tìrọ̀jùn gbọ́n ní ń ṣe ọkọ ilẹ̀ ẹ́ yọ̀
Olómi saka saka ní ń ṣe ọkọ ọlọ́ṣẹ
A dí'fá fún Ògún
Yóò dá méjì
Yóò fi méjì náà saya
Ifá sọ pé eléyìí kò ní rí ìjà Ògún
Àṣẹ

29/30 ÌWÚRE ÌPARÍ ÌJÀ

Ifá sọ pé tí a bá ki ifá eléyìí tí wọ́n ń bá ń bínú
Tí wọ́n bá ń jà
Tá a bá ki ifá rẹ̀
Ifá sọ pé ìjà yóò sì parí

Orin: Ìbínú ò ṣe ǹ kan fúnni
Sùúrù ni baba ìwà
Àgbà tó bá mú sùúrù
A jo gbó
A ja tọ́
A jọlá ifá gbele gbele bí ẹ ń láyin
A dí'fá fún Òrúnmìlà ń sará ròde Ìwó
Ìyà kan ìyá kàn tí Ifá ń jẹ ní Ìwó ò kéré
Ẹ wá wo ìyá ní Ìwó
Èrè kérè tí Ifá ń jẹ ní Ìwó ò kéré
Ẹ wá wo èrè ní Ìwó
Ifá sọ pé tí wọ́n ń bá ń bínú
Tí wọ́n bá ń jà
Tá a bá ki ifá fún àwọn eléyìí
Inú wọn yóò sì rọ̀

31/32 ÌWÚRE ẸLẸ́GBẸ́JỌDÁ

Orin: Olórí aké wọn kì í rogun
Àwọn àgbààgbà ìlú un è é ràjò
Ìbá ràjò ta ni ì bá wọlé mi dè mí
A d'ífá fún elékò ni sẹ̀jẹ́
Tí í ṣ ègbé lójúde ọ̀run
Tó wá fòsùsù fún olórí ẹgbẹ́
Gèlè egbèje
Tó wá fòsùsù fún olórí ẹgbẹ́
Gèlè egbèje
Ifá sọ pé
Ègbé ayé
Ègbé ọ̀run
Wọn ò ní bá àwọn eléyìí jà
Tí wọ́n bá dá ẹgbẹ́ lẹ̀
Yóó sì rí bẹ́ẹ̀
Yóó ṣe bẹ́ẹ̀
Àṣẹ

33/34 ÌWÚRE LÁÀRIN ẸBÍ

Tí a bá ki Ifá yìí láàárín ẹbí
Ifá sọ pé ẹbí kìí dàrú

Orin: Sọ̀ mí kalẹ̀ kí n kẹ̀rọ̀wọ̀
Ẹ̀rọ̀ Ifá a máa ké mi ò kéle
A dí'fá fún Ọ̀rúnmìlà a faṣọ ọdún ni tán
Wọ́n ní a bá òun ṣe tẹ̀ẹ́mì
Ifá gbọ́
Ifá dákẹ́ sí wọn síre ṣíri
Ó ní agbọ́n ilé
Kò le jẹ́ ó yún ko
Ó ní agbọ́n oko
Kò ní jẹ́ ó wálé

Tèmbọ́rọ̀ kì jó Olódùmarè
Ọ̀tá ilé awo ò ní rójú
Ifá sọ pé ẹgbẹ́ àwọn eléyìí kò ní dojúrú
Kò sì ní bàjẹ́
Yóò rí bẹ́ẹ̀
Yóò ṣe bẹ́ẹ̀
Láṣẹ Èdùmàrè
Àmín

35/36 ÌWÚRE ỌMỌ ILÉ-ÌWÉ

Tí a bá ki Ifá fún eléyìí
Ifá sọ pé ọpọlọ eléyìí kò ní jọba

Orin: Igúnugún ní ń ba lẹ̀ ní í ṣe gẹ́gẹ́ n gẹ́gẹ́
Àkàlàgbò ba lẹ̀ rokà
Tẹ̀tẹ̀ ní í ba lẹ̀ ní í dún mọ̀sìẹ̀ mọ̀se
A dí'fá fún àbàrà nì kò sì tí í kò sí olórí kóyè
kóyè
B'ádìyẹ bá je igba òkúta inú iwe ní í kó sí
Ọ̀bàràn kòsì
Ifá má kó mi níyè tèmi lọ
Ifá sọ pé ìyè eléyìí kò ní parẹ̀
Kò sì ní parun un
Yóò máa ní ìmọ̀
Yóò máa lóye lẹ́nu ẹ̀kọ́ rẹ̀
Lẹ́nu ìwé rẹ̀
Yóò sì rí bẹ́ẹ̀
Yóò ṣe bẹ́ẹ̀
Àṣẹ

37/38 ÌWÚRE ÌDÁNWÒ

Tí a bá ki Ifá fún eléyìí
Ifá sọ pé tí wọn bá bẹ̀ẹ̀rẹ̀ idanwo
Ire ni fún un níbẹ̀
Yóò máa yege ni
Yóó sì yege

> *Orin:*   Ní bi ọ̀yẹ̀ níhìn-ín
> Ọ̀yẹ̀ lọ́hùn-ún
> A dá'fá olé jèlé mo tore bí ọṣẹ
> Òní ikún olóyè ru fùlẹ̀ fùlẹ̀
> Inú olóyè ru fùlẹ̀ fùlẹ̀
> Ifá sọ pé orí eléyìí kò ní ta kòó
> Yóò sì rí bẹ́ẹ̀
> Yóò ṣe bẹ́ẹ̀
> Àṣẹ

39/40 ÌWÚRE ÈDÈ ÀÌYEDÈ

Tí èdè àìyedè bá wà ní àárín àwọn èèyàn
Tí a bá ki Ifá eléyìí
Èdè àìyedè kò sì ní wọ àárín wọn mọ́

> *Orin:* Apọ́nrán ji
> Apọ́nran ji
> Àpólà ji mo ní fà n fà
> Alulusí lu kùtà kùtà la jà
> A dí'fá fún Ọ̀rúnmìlà
> Ifá ń bẹ ní rẹgun ọ̀tá
> Ifá jí pọn omi inú ajogun
> Kè pé kè jìnnà
> Ká bá ni láàrú ṣẹ́gun
> Àrú ṣẹ́gun la sà bá lẹ́ṣẹ̀ ọba òrìṣà
> Ifá sọ pé òun yóó máa bá wọn ṣẹ́gun
> Nǹkan burúkú kò ní wọ àárín wọn

Yóò sì rí béè
Yóò şe béè
Àşe

41/42 ÌWÚRE ÌRÀNLÓWÓ

Ifá sọ pé tí a bá ki Ifá eléyìí
Tí ènìyàn bá béèrè ìrànlówó lọ sí ọdọ tibí yìí
Tí wón bá kí Ifá rè fún un
Yóò sì ràn án lówó

Orin: Eji ògbè sárárá
Ògbè sororo
A dá'fá àárò
A bù fálè
Òwúrò mi rèé
Alé ni mò ń tọrọ
Bálè mi bá suwòn Ifá mo dúpé
Ifá sọ pé tí a bá ki Ifá eléyìí
Tó bá lọ sí ọdọ rè
Yóò ràn án lówó
Yóó wo ọlá àárò
Yóó wo ọlá òsán
Yóó wo ọlá alé
Yóó şàánú rè

43/44 ÌWÚRE ILÉ KÍKÓ

Orin: Ó ní àròyé o dé o
Awo agìgbò
A d'ífá fún ágìgbò
Òun ní sawo ilé ejò kò lárá
Ó ní àròyé o dé o

Awo agìgbò
Ó ní báwo ò bá şàròyé
Awo kì í là
Ó ní àròyé o dé o
Awo agìgbò
Ifá sọ pé eléyìí yóò kọ́lé bí ára

Orin: Babaláwo ló d'ífá fún ilé
Ilé ní í bẹ ní ìràgun ọtá
Òní a ó pálé
Ọla a ó pálé
A ò le palé mó
Ẹwà ló bùkun un
Ara ní fí ń san
Ifá sọ pé ire ni fun un níbẹ̀

45/46 ÌWÚRE ORÍIRE

Ifá sọ pé tí a bá ki Ifá eléyìí
Eléyìí yóò şe oríire ni

Orin: Ní bi ìwọ̀ àmì wààjà
Awo olóyo
A d'ífá fún olóyo
Yóò folóyè tí ó bà dó
Àmì wààjà
Ìwọ lawo olóyo
É èè mọ̀ pórí níí gbé ni
Àdúrà kì í gbènìyàn
Àmì wààjà
Ìwọ lawo olóyo
Ifá sọ pé orí eléyìí kò ní ta kòó
Yóò óó sì şe oríire
Àşẹ

47/48 ÌWÚRE ÌRÌN-ÀJÒ

Ifá sọ pé tí a bá ki Ifá fún eléyìí níbi ìrìn-àjò
Ifá sọ pé tó bá ń lọ
Yóò sì máa lọ re
Yóò máa bọ̀ re

Orin: Kùnùkùnú ọ̀sọta fì
Ọ̀sọ̀sà sí a bá wọn dé inú igbo
Ọ̀sọ̀sà sí àpá òkun
Làsì tán àbalẹ̀ fún oru kuduru
Kùnùkùnú náà ńkọ́ mo ní ìyí ọta
A dí'fá fún Ọ̀rúnmìlà
Ifá ń lọ àájò tó jìn lọ gbugbu bí ọjọ́
Wọ́n ní ááyán ó yan
Wọ́n ní èèrà ó ràá

Ifá ni ááyán ò ní yán òun
Ifá ni èèrà ò ní ra òun
Ó ní òun ó lọ re
Òun ó bọ ọ re
Ó ní òun di ààyún ire
Ààbọ̀ ire
Òun sì di ọmọ ọ̀bàrà ọ̀rẹ̀tẹ̀
Ifá sọ pé eléyìí yóò máa lọ re
Yóò máa bọ̀ ọ re
Àṣẹ

49/50 ÌWÚRE ÌWÒSAN

Ifá eléyìí sọ pé tí èèyàn bá wà láìsàn
Ifá sọ pé kò ní ṣe àìsàn

Orin: Ó ní pa igúnugún bọfá
Awo ilé alárá
Pa àkàlà bosìè
Awo òkè ìjerò

Pa àtíòre bògún
Aláàbi bí èbó
Agbónmi ní í wólé ęja
Apàjògún ní í ba ilé àparò jé
Òlùgbóńgbó ti lè sawo ògúlùntu
A d'ífá fún léye gègè tí wòn méyę kò ę lórun
Èdùn ní kí ę wólé òrun nù
Kí ę tún tayé mǫ
À ń pǫ́ ǫ lára ò wá mǫ́
Ìwàrè wàrè òrun
Òtá aborí pàràmù
Ifá ní tí í ǫwǫ́ eléyìí bá wà lórí àìsàn tó bá kú kò
ní şe àìsàn
Àjíńde ara yóò máa jé fun un
Àşę

51/52 ÌWÚRE ÌŞÍLÉ

Ifá sǫ pé tí a bá ki Ifá fún eléyìí
Tó bá dé ibi ilé rè kò ní wó

> **Orin:**   Ó ní ewúrę ní í jęjà maà bọn
> Àgùntàn bòlòjò ní í jęjà amá bòòtùn
> Ęni ewúrę ǫ bá jęja rè maà bọn
> Bá'gùntàn bòlòjò ò bá jęjà rè amá bòòtùn
> Kó mí ję a dìbò
> Bǫ́ márùn-ún ń tę́ní
> Kó mǫ́ kòke pé ilé ǫba lá ǫlǫ rǫ
> A d'ífá fún Àrǫnì tègétègé, tí ó şe awo nílè olúfè
> Àrǫ́rǫ́ wá jeku
> Àrǫ́rǫ́ wá jęja
> Àrǫ́rǫ́ wá jęyę
> Àrǫ́rǫ́ wá jęran
> Àrǫ́rǫ́ wá jìwo tí ń tí lá orí má bòòtùn
> Ilé tí eléyìí kó lǫ

Ifá pé ilé náà ó ìtura o
Àṣẹ

53/54 ÌWÚRE ÌFẸ́ ỌLỌ́RUN

Tí a bá ki Ifá fún eléyìí
Ọlọ́run Olódùmarè yóò sì máa yọ́nú sii

Orin: Ọwọ́ lóní ẹ lọ wọ́ yọké
Apata ngbo ni ra jo gbe
Lo n so mo lo, kugbu nu ku
A dá'fá fún ogbẹjè ó gbọ́mọ rẹ̀ ságbàjà nítorí ikú
Ó ní ikú wọlé mi kò bá mi ń lé
Òkè àjà ni mo wà
Ifá n kì mi nìí bọ
Gbogbo ojugún wọlé mi ò bá mi nílé
Òkè àjà ni mo wà
Ifá nkì mi nìí bọ
Baami jogún ẹ mà kú àrìnù
    Ìrìn àrìnù ni ò jẹ́ kí ibi leè délé wa
    Ògo Ọlọ́run ìfẹ́ rẹ̀ yóò máa yọ́ọ́ nú sí gbogbo wa
    Yóò rí bẹ́ẹ̀
    Yóò ṣe bẹ́ẹ̀
    Àṣẹ

55/56 ÌWÚRE ÌṢẸ́GUN

Tí a bá ki Ifá fún eléyìí
Yóó máa ṣégun ni
Ikú ò sì ní pa á
Yóò rí bẹ́ẹ̀
Yóò ṣe bẹ́ẹ̀

Orin: A koro gbágbá orí adú
Òun ní í jẹ́ a rọ́rùn ọ̀pẹ̀
A dí'fá fún Ọ̀rúnmìlà Ifá ní ayé àkọ́wá
Ifá n o wu láyé tèmi
Gburu gburu
Àgógó ogún
Wọn à sàwó lẹ́sẹ̀ ọba òrìṣà
Gburu gburu
Ifá sọ pé eléyìí ìṣégun ń bẹ fun un lọ́pọ̀lopọ̀

57/58 ÌWÚRE OGUN ABẸ́NÚ

Tí a bá ki Ifá fún eléyìí
Ifá ni ogun abẹ́nú kò ní jàá o
Ogun abẹ́nú
Ogun ìta
Kò ní ja eléyìí
Ọ̀wọ̀ yọ́ jẹ́ fun un

Orin: Ọ̀tọ́ọ̀tọtọ́ baba lo búra fún olówó
Ọ̀tọ́ọ̀tọ̀ á jẹ́ pà baba ló búra fún ọlọ́rọ̀
Ká jẹpà tán ká gbọn ọwọ́ ẹ̀ sínú poro pòròroro
Baba ọlọ́mọ ló búra fọ́lọ́mọ
Ó ní ikú polówó owó rẹ̀ gbé
Ikú polọ́rọ̀ ọrọ̀ rẹ̀ ẹ́ lọ
Èrò po
Àyẹ́ tọfà
Ifá sọ pé ogun kò ní mú eléyìí
Kò sì ní mú ọmọ rẹ̀
Kò ní mú òun naa
Ẹ̀mí rẹ̀ yóò sì gùn
Àṣẹ

59/60 ÌWÚRE ÒRÀN

Tí a bá ki Ifá fún eléyìí
Òun ò ní jẹ́ kí ó rí ọ̀ràn
Ọ̀ràn aráyé kùnrin
Ọ̀ràn aráyé bìnrin
Òun ò ní jẹ́ kí ó rii
Ààbò Olódùmarè yóó sì máa bòó
Kò ní rí ọ̀ràn o

Orin: Ọ̀yẹ̀ ròsùn ròsùn
Bá fọn ọ́n ilẹ̀ èé ṣú
Níbi tí wọn jí táń fi ojoojúmọ́ pọnmi inú ajogun
Kè pé kè jìnnà
Ká bá ni laàrú ṣégun
Aàrún ṣégun la sà bá lẹ́sẹ̀ ọba òrìṣà
Ifá ni òun ò ní jẹ́ kí ó rí ọ̀ràn
Ọ̀wọ̀ yọ́ọ̀ jẹ́ fun un
Àṣẹ

61/62 ÌWÚRE ÀYÀ NÍNÍ

Tí a bá ki Ifá fún eléyìí
Ifá sọ pé òun ò ní jẹ́ kí àyà rẹ̀ máa já
Ààbò Olódùmarè yóó sì máa bòó
Ọ̀wọ̀ yóọ̀ jẹ́ fún eléyìí

Orin: Ó ní ọká ńlá aberú sébélé
Ọ̀dẹ̀dẹ̀ abìdí pìrí
A d'ífá fún Láàjà tí ń tìkọ̀lé ọ̀run bọ̀wá síléayé
Kè pé kè jìnnà
Ká bá ni laàrú ṣégun
Aàrún ṣégun la sà bá lẹ́ṣẹ̀ ọba òrìṣà
Ifá sọ pé eléyìí ǹkan rẹ̀ kò ní bàjẹ́
Ìṣégun yóó sì dé fún un
Àṣẹ

63/64 ÌWÚRE ÌDÙNNÚ

Tí a bá ki Ifá fún eléyìí inú rẹ̀ yóò máa dùn ni

Orin:　Mo dùn mọ́lá

Mo dùn móyè

Mo dùn mọ́ ìwàlè ìwàlè dùlùrú

Mo dùn mọ́ ọ̀ṣọ̀run ìlú

Itún ní kí wọ́n máa tún mi ṣe

Ìfà ló ní kí wọ́n máa fà mí mọ́ra

Àbèrè ló ní kí t'ọkùnrin t'obìnrin kí ó máa fẹnu béèrè mi

Mo wá di ọ̀mísímisì nígbà yìí o

Kè pẹ́ kè jìnnà

Ká bá ni wọ̀ wọ́ ire

Wọ̀wọ́ ire làá bá ni lẹ́sẹ̀ ọba òrìṣà

Ifá sọ pé eléyìí tí a bá ki Ifá rẹ̀ fun un

Ayé ó máa dunnú sii ni l'ọ́kùnrin lobinrin

65/66 ÌWÚRE ÀÀBÒ ỌLÓRUN

Orin:　Ó ní ọká ńlá aberú sébélé

Ọ̀dẹ̀dẹ̀ abìdí pìrí

A dí'fá fún Ọ̀rúnmìlà

Nigba tò ń tò de ọ̀run bọ̀wá síléayé

Ọ̀rúnmìlà ní ilé ayé tí òun ń lọ yìí

Ǹjẹ́ àà bò lè máa bo òun

Ikú ò pa òun

Àrùn ò s'òun

Ní Ọ̀rúnmìlà gbé Ifá rẹ̀ kalẹ̀ sí

Ọ̀wọ̀ sì jẹ́ fun un

Àà bò Olódùmarè bòó

Kò síkú fun un

Kò sárùn fun un

Ọ̀wọ̀ yọ̀ọ̀ jẹ́ fun un

Ààbò Olódùmarè yóò máa bò wá
Yóò rí bẹ́ẹ̀
Yóò ṣe bẹ́ẹ̀
Àṣẹ

67/68 ÌWÚRE ALÁGBÈÉDÁ

Ẹni tí a bá kì Ifá eléyìí fun Ifá ní kò ní rí ogun alágbèédá
Ọ̀wọ̀ yóó sì jẹ́ fun un

> *Orin:* Ó ní òkú dá n léjọ́
> A rí wọn rí wọn
> A d'ífá fún tí í sọmọ àjà láyé
> Ó ní báyé ti tó ò sí mọ́
> Báyé bá ti gbà ni ẹ jẹ́ á máa ṣe
> Ifá sọ pé eléyìí kò ní rógun alágbèédá
> Kò sí ní ríjà Ògun
> Ọ̀wọ̀ yọ́ọ̀ jẹ́ fun un

69/70 ÌWÚRE ÀWỌN ẸNI IBI

Tí a bá ki Ifá fún eléyìí
Ifá sọ pé ibi kò ní ṣe déédéé eléyìí
Ọ̀wọ̀ yóò sì jẹ́ fun un
Tí a bá ki Ifá rẹ̀ fun un
Ibi àárọ̀
Ibi ọ̀sán
Ibi alẹ́ kò ní ṣe kọ́ńgẹ́ rẹ̀

> *Orin:*   Orí ọmọ suwọ̀n baba ò mọ̀
> A d'ífá fún Jẹ̀gbẹ̀ tí ń sawo ròde Ọ̀yọ́
> Ó ní Jẹ̀gbẹ̀ bí ẹ rí àlejò ẹ jẹ́ ó yalé
> Jẹ̀gbẹ̀ bí ẹ róde Ọ̀yọ́
> Jẹ̀gbẹ̀ bí ẹ̀rí àlejò ẹ jẹ́ ó yalé

Ifá sọ pé ọ̀wọ̀ yó ò jẹ́ fún eléyìí
Kò sì ní rí aburú
Àṣẹ

❦ ❦ ❦

71/72 ÌWÚRE ÀKÓBÁ ÀDÁBÁ

Àkóbá
Àdábá
Ọ̀rọ̀ ọlọ́rọ̀ tí a ò mọwọ́ tí a ò mẹsẹ̀ kò ní ṣe déédéé wa

Orin: Ó ní ọ̀wọ̀ran ṣògo ní kasan lẹjá wọ́n nínú
igbó
Òṣùká rìgìdì lọ́rùn ọpẹ̀
Mọdé ni ọ́ ọkọ́ọmọdé ń kọ́ ṣẹ́
Iṣẹ́ tí ọmọdé falẹ́ ṣe tó fi àáro ṣe, ọjọ́kan ṣoṣo ni
èṣù òdàrà gbàá dànù
Tó bá dàá tán yóò máa wò bánkúbánkú
Ifá sọ pé eléyìí kò ní rógun alágbèèdá
Àṣẹ

❦ ❦ ❦

73/74 ÌWÚRE APURỌ́MỌ́NI TAKONI

Apurọ́mọ́ni takoni lójú
Ifá sọ pé tí a bá ki Ifá yìí
Òun lòun ó bá a ṣẹ́gun

Orin: Ọ̀tẹ̀rẹ̀wò gbọ́i ní í ṣe ọkọ ilẹ̀ẹ́yọ̀
Ó ní ká ti iwájú bù ú
Ká tẹ̀yìn bù ú
A d'ífá fún ọmọ langi tó lọ̀ọ́ tún ọkọ̀ ṣe
Ó ní kò ní jẹ́ ọkọ̀ dà
Walami
Ẹ̀rìjìàlọ̀
Ifá mọ́ jọkọ̀ yóò dani

Ifá sọ pé ọkọ̀ ayé kò ní da eléyìí
Apurọ́mọ́ni l'ójú tó bá fẹ́ máa purọ́
kò yàn l'oju
Ifá sọ pé Ifá tí a kì yìí ni yóó bá a ṣẹ́gun
Àṣẹ́

75/76 ÌWÚRE AMỌNISENI

Amọniṣeni bánidárò
Ifá sọ pé òun ó báni ṣẹ́gun rẹ̀

Orin: Ó ní ogbè ká relé ọmọ ọsìn
Ògbè ká relé ọmọ ọrà
Ògbè ká relé ọmọ Ògún lẹ̀gẹ̀ lẹ̀gẹ̀ alẹ̀de
A d'ífá fún Olúkòso làálú
Lúbánbí ọmọ arí igba gbọta ṣẹ́gun
Gbàràgá ń bẹ láàárín òsè tí ń bẹ láàárín òtá
Ó ní kí n làrá e ṣẹ́tẹ̀
Igba ọta làrá e ṣẹ́tẹ̀
Igba ọta
Ifá sọ pé òun àti sàngó ni yóò máa bá eléyìí
ṣẹ́gun
Àṣẹ

77/78 ÌWÚRE ÒTÁ-ILÉ ÒTÁ-ÌTA

Òtá-ilé òtá-ìta Ifá ni òun lòun ó máa bá eléyìí ṣẹ́gun rẹ̀
Ǹkan eléyìí kò ní bàjẹ́

Orin: Tẹ́tẹ̀ n tẹ́ awo wọn lójúde Ẹ̀gbá
Tẹ̀tẹ̀ n tẹ́ awo wọn lójúde Ìjẹ̀ṣà
Kàkà kí awo tẹ́ awo a ràpá òkun
Awàlà méjì ni tọ̀sà
Awọlẹ̀ tọ́yẹn tọ́yàn lá

A d'ífá fún Olúǹla
Ó ní Ifá ò jẹ́ tẹmọ́ reku
Ifá ò jẹ́ tẹmọ́ rẹja
Ifá ò jẹ́ tẹ́mọ rẹyẹ
Ifá ò jẹ́ tẹmọ ró rẹran
Ọ̀ bá má jẹ ń tẹ́mọ róò labìrà
Ifá ni òun ò ní jẹ́ kí eléyìí tẹ́ nínú ilé kò tẹ́ níta
Àṣẹ

79/80 ÌWÚRE ALÁRÒKÁ

Ifá sọ pé òun yóò máa bá eléyìí ṣẹ́gun àwọn aláròka ilé, aláròka òde

Orin: Ó ní ìbàjẹ́ di ẹwà awo odídẹrẹ́
A d'ífá fún Odídẹrẹ́ tí ń tòde ọrun bọ̀wá sílé ayé
Ìbàjẹ́ dẹwà òun n tara mi
Ìbàjẹ́ di ẹwà awo odídẹrẹ́
Ìbàjẹ́ dẹwà òun n tara mi
Ìbàjẹ́ dẹwà òun n tòfé
Ìbàjẹ́ dẹwà òun n tara mi
Ifá sọ pé eléyìí òun ó máa ba á rin ìrìnàjò
Tí òun ó máa gbọ́ àdúrà rẹ̀
Àṣẹ

81/82 ÌWÚRE ELÉNÌNÍ

Tí a bá ki Ifá fún eléyìí
Ifá sọ pé elénìní ilé, elénìní òde yó ò máá báa ṣẹ́gun rẹ̀

Orin: Ó ní ìpàkọ́ làá mẹ̀yìn ká tó da yangan ẹnu
A d'ífá fún ọwọ̀n tí ń logun à lọ ọ̀ mẹrú

Kè pé kè jìnnà
Ká bá ni laàrú ṣégun
Aàro ṣégun la sà bá lẹ́sẹ̀ ọba òrìṣà
Ifá sọ pé eléyìí òun lòun ó máa bá a ṣégun
elénìní ilé elénìní òde
Àṣẹ

83/84 ÌWÚRE ALÁBÒSÍ

Ifá ní àwọn tí wón bá fẹ́ máa ṣe àbòsí eléyìí
Òun ni yóò máa bá a ṣégun

Orin: A jí nígboro
A rìn ní gboro
Òjí ń kùtùkùtù bomi ìgboro bójú

Òjí ń kùtùkùtù bomi ìgboro wẹ̀
Ẹmọ́ ìgboro ń sáré gọlọntọ́ gọ̀lọ̀ntọ́
A dí'fá fún Òrúnmìlà baba ọmọ re nígboro nígboro
Ó ní ire ajé
Ire owó
Ire gbogbo
Ta ó máa ní nígboro ló wà
Ire mi gbogbo nígboro nígboro
Ifá sọ pé tí wọ́n bá ń ṣe eléyìí báyìí
Ire gbogbo yóò máa jẹ́ tirẹ̀ nìkan
Yóò sì máa borí wọn
Àṣẹ

85/86 ÌWÚRE ÌLARA

Ifá sọ pé eléyìí bí wọn bá fẹ́ máa bínú rẹ̀
Lara rẹ̀
Ifá sọ wí pé òun lòun ó bá a ṣégun rẹ̀

Ààbò Olódùmarè yóó sì máa dáàbò bòó

   Orin: Ibi Ogbè ṣárárá
             Ogbè ṣororo
             A d'ífá fún Ìyánìkéré ọmọ ikọ̀lé ìgbe
             Ó ní ire ajé
             Ire ìṣẹ́gun táwo nì dà nínú ọ̀kọ̀lé ìgbe
             Ìyánìkéré dé ọmọ ikọ̀lé ìpé
             Ifá sọ pé àwọn eléyìí tí wọ́n bá fẹ́ bá wọn lara rẹ̀
             Àwọn tó ni ilé ayé yóò máa bá a ṣẹ́gun
             Àṣẹ

87/88 ÌWÚRE ÌKÓRÌRA

Tí a bá ki Ifá fún eléyìí
Bí àwọn èèyàn bá fẹ́ máa bínú rẹ̀
Tán fẹ́ máa kórira rẹ̀
Ifá sọ pé wọn ò ní kórira rẹ̀
Ọ̀wọ̀ ó sì máa jẹ́ fun un
Ìkórìíra tí wọ́n fẹ́ máa kórira rẹ̀
Ǹkan rẹ̀ kò ní bàjẹ́

   Orin: Nwò rójú apéré mọ péte
             N rójú apètè mọ pète
             A d'ífá fún igba ọ̀kọ̀kọ̀ ni Irúmọlẹ̀ ń gbépo ní lọ
             rò pé wọ́n ń bọ́fọ́
             N rójú apété mọ péte
              N rójú apètè mọ pète
             A d'ífá fún Ọ̀rúnmìlà
             Bàbá ń pé òun lọlé epo ò bá bọ̀ e leè bọ́fọ́
             Ó ní è wí fún alawẹ̀ pé mo rupo
             Ẹ wí fún alawẹ̀ pé mo rupo
             Epo tí mo ru kó máa bọ́ fọ́
             Ẹ̀yin ará alawẹ̀ mo rupo
             Áà dúpẹ́
             A gbó o délé àtọ̀ọ̀ ọ̀ fọ́

Epo ni mo rù
Kó ní yangí má batèmijẹ́
Epo ni mo rù
Ifá sọ pé eléyìí ẹ̀mí rẹ̀ lepo àtàtà
Òun ò ní jẹ́ kí ẹ̀mí rẹ̀ bọ́fọ́

89/90 ÌWÚRE ỌLÒTẸ̀

ORIN: Ìbàjẹ́ ojokan ò tán lógún ọdún
A d'ífá f'Épo
Epo ní í sòtá àlà
Ìbàjẹ́ ojokan ò tán lógún ọdún
A d'ífá fọ́ṣẹ
Ọṣẹ ní í ṣe òrẹ́ àlà
Epo lòun ó bàlà jẹ́
Ọṣẹ́ sì tálà ṣe
Àbòdé bẹ̀ là ń sẹtẹ̀
Kè pé kè jìnnà
Ká bá ni laàrú ṣẹ́gun
Aàrún ṣẹ́gun la sà bá lẹ́ṣẹ̀ ọba òrìṣà
Ifá ni òun yóó máa jẹ́ kí eléyìí ní àṣeyọrí
Òun ò ní jẹ́ kó ṣe àṣẹtì
Òun ó jẹ́ kí ó máa borí òtá rẹ̀

91/92 ÌWÚRE ÌJÀ ÌGBORO

Ifá sọ pé ìjà ìgboro àárọ̀
Ìjà ìgboro ọ̀sán
Kò ní ṣẹlẹ̀ sí eléyìí

Orin: Òdídí fohùn dígun
Ọ̀fàfà fohùn yarò
Olúwòó fohùn lókè

Gbogbo ẹrú ṣubú yẹtuyẹtu
A dá'fá fún ni wọ́n wọ́n
Tí í sàrẹ̀mọ Ògún
Tó lọ fọ̀rọ̀ sẹnu rẹ̀ ṣẹgun
Kè pé kè jìnnà
Ká bá ni laàrú ṣẹgun
Àrú ṣẹgun la sà bá lẹ́sẹ̀ ọba òrìṣà
Ifá sọ pé òun ó dọ́wọ̀ fún eléyìí

93/94 ÌJÀ ỌMỌ ARÁYÉ

Ifá sọ wípé òun ò ní jẹ́ kí eléyìí rí ìjà ọmọ aráyé

Orin: Ó ní ìjí tí mo jí
Mo bá Olú lé tétété
Ìjí tí mo jí
Mo bá Olú lé tétété
Èmí ò jí ní kùtùkùtù
Kí n rìn ìrìn òsì lẹ́sẹ̀ méjèèjì
A d'ífá fún Ọrúnmìlà fáṣọ nílùú àkámọ́
Ó ní tí wọ́n bá ṣe ká ọ módò wọn ò lè ká òun mú
Ó ní tòun bá ṣe yẹ kí ibi ó tó máa ṣẹlẹ̀
Ifá sọ pé òun ò ní jẹ́ kí ibi ṣẹlẹ̀ sí eléyìí
Kò sì ní jẹ́ kò rí ìjà ọmọ aráyé kùnrin
Ìjà ọmọ aráyé bìnrin kò ní ṣẹlẹ̀ sí eléyìí
Ọwọ̀ ọ́ jẹ fun un
Kò ní ráburú o
Àṣẹ

95/96 ÌWÚRE ÀṢÍRÍ BÍBÒ

Tí a bá ki Ifá fún eléyìí fun un
Ifá ní àṣírí rẹ̀ yó ò máa bò
Kò ní ráhùn owó

Orin: Ifá ní í ṣowó
Ògún ní í pèsè
Òòsà sàì gbọ́ nífá aláràbarà bora
Bí ọmọdẹ́ bá jẹ owó ribiribi
Ifá ní í san án
Bí àgbàlagbà bá jẹ gbèsè aláràbarà
Jẹ̀bò ní í bò ó
A d'ífá fún Ọ̀rúnmìlà
Ifá jí
Ifá mo jí ṣègbérè gbogbo
Ó ní rẹpo ní í bo àṣírí ẹdọ̀
Kè pé kè jìnnà
Ká bá ni jèbútú ire
Jebútú ire làá bá lẹ́ṣẹ̀ ọba òrìṣà
Ó sọ pé eléyìí
Ire ajé
Ire owó yó ò máa ba
Àṣẹ

❥ ❥ ❥

97/98 ÌWÚRE ÌLỌSÍWÁJÚ

Tí a bá ki Ifá fún eléyìí Ifá sọ wípé ìlọsíwájú
Ìgbéga yó ò máa dé bá eléyìí

Orin: Kùnùkùnú ọ̀sọta fì
Ọ̀sọ̀sà sí a bá wọn dé inú igbo
Ọ̀sọ̀sà sí àpá òkun
Làsì tán àbalẹ̀ fún oru kuduru
Kùnùkùnú náà ńkọ́ ọmọ ní ìyí ọta
Babaláwo dí'fá fún orí tó ń tí òde ọrun bọ̀

wá sí ilé ayé

Ó ló rù jà jù àṣẹ òun dá kà lá fara wé ògóló jìà jùwon

Ifá ní orí eléyìí kò ní ta kò ó

Yó ò sì máa ní ìlọsíwájú ni

99/100 ÌWÚRE IṢẸ́ ABẸ

Tí a bá ki Ifá fún eléyìí Ifá sọ wípé iṣẹ́ abẹ kò ní ṣẹlẹ̀ sí eléyìí

Ogun omi ò tó

Ẹ̀jẹ̀ ò tó

Wọn ò ní fi abẹ gba eléyìí ní inú

> *Orin:*   Ibi òkété geré bì
>
> Ọfà ọ̀tùn wọnú kúrẹ́n kúrẹ́
>
> Òkété geré bì
>
> Ó wùsù ẹnu kúrẹ́n kúrẹ́
>
> Àì lóbìnrin ni kò ṣé é dákẹ́
>
> Kánákáná fi gbogbo ara kígbe
>
> A d'ífá fún Ọ̀rúnmìlà
>
> Ifá sọ fún òun pé
>
> Òun ò lóbìnrin ó ní òkété gídígbà ní í gbà yí
>
> Gẹrẹrẹ nìwà èdú ń sàn án pọ̀
>
> Gẹrẹrẹ
>
> Ifá sọ pé òun ò ní jẹ́ kí ìwà eléyìí kò bàjẹ́
>
> dé bí pé wọn ó le fi iṣẹ́ abẹ gba inú rẹ̀
>
> Ọ̀wọ̀ ọ́ jẹ fún un
>
> Àṣẹ

101/102 ÌWÚRE ÒYE

Tí a bá ki Ifá fún eléyìí Ifá sọ wípé òye àárọ̀

Òye ọ̀sán yó ò máa ye

Orin: Ó ní kúkúǹdùkú o ní í ṣewé gẹ̀rugẹ̀ru
Ọ̀pọ̀lọpọ̀ ògo aromọgàlè
Bọ́ ọ bá légbàá òshùn
Bó o bá lékèé ó ò ní jẹ́ ó jẹ́
Inú ire ó jẹ́ jewé lọ
A d'ífá fún òrìṣà Sàrárẹ sẹ̀rẹ̀gbò
Tí ń ti òde ọ̀run bọ̀ wá síléayé
Kè pẹ́ kè jìnnà
Ká bá ni wọ̀wọ́ ire
Ọwọ̀wọ́ ire làá bá ni lẹ́sẹ̀ ọba òrìṣà
Ifá sọ pé ọ̀wọ̀, òye yó ò máa yé eléyìí
Láàárín ẹgbẹ́
Láàárín ògbà
Láàárín àwùjọ
Òye yó ò máa ye
Ọpọlọ rẹ̀ kò ní dàrú
Àṣẹ

103/104 ÌWÚRE ÌGBÉSÍ AYÉ TÓ NÍ ÌTÙMỌ̀

Ẹni tí a bá ki Ifá eléyìí fún ìgbésí ayé rẹ yó ò máa ní ìtumọ

Orin: Ó ní ìrí mi ò ṣe ni
Ìgìrì mi ò ṣènìyàn
Ọ̀ọdẹ̀ ní í ṣe aláàánú mi ló jẹ́ ó kọjá sisi a d'ífá
fún Ọrúnmìlà
Ifá jí
Ifá wo ìrírí ayé
Kè pẹ́ kè jìnnà
Ká bá ni wọ̀wọ́ ire
Wọ̀wọ́ ire làá bá ni lẹ́sẹ̀ ọba òrìṣà
Ifá sọ pé eléyìí àdúrà rẹ̀ yó ò gbà
Ǹkan eléyìí kò ní bàjẹ́
Ọ̀wọ̀ ó jẹ́ fún un

105/106 ÌWÚRE ÀJÀKÁLẸ̀ ÀRÙN

Tí a bá ki Ifá fún eléyìí Ifá sọ wípé àrùn kò ní ṣẹlẹ̀ sii
Ọlọ́run Olódùmarè yó ò máa dáàbò rẹ̀ bò ó

Orin: Àí répẹ́ lóko kó má molè wálé
A d'ífá fún Alápayàyí
Ọmọ a mólú ọká ṣẹbọ
Ìràwọ̀ ò dé o
Ọ̀yẹ̀kú alápà òkómẹja ìràwọ àgbà
Ifá sọ pé eléyìí àwọn ìyà mi ò ní jẹ́ kó lè roko àrùn
Àrùn inú
Àrùn ìta
Kò ní rógun àrùn
Àṣẹ

107/108 ÌWÚRE ÀNÍTÓ, ÀNÍṢẸ́KÙ

Tí a bá ki Ifá fún eléyìí Ifá sọ wípé yó ò nító yó ò sì ṣẹkù
Orin: Ó ní gbùru gbùru bí ọyẹ́
Gbùru gbùru òjí mọ mọ̀mọ̀
Akọ àparò
Abo àparò
Nwò logbo lójú sansanàsan
A d'ífá fún Olúkòso làǎlú
Lúbánbí ọmọ arí igba gbọta ṣẹ́gun
Gbàràgá ń bẹ láàárín òsè tí ń bẹ láàárín ọtá
Ó ní kí n làrá e ṣẹ́tẹ̀
Igba ọta làrá e ṣẹ́tẹ̀
Igba ọta
Ó ní kí n làrá e ṣẹ́tẹ̀
Igba ọta làrá e ṣẹ́tẹ̀
Igba ọta
Ifá sọ pé eléyìí yó ò nì í
Yó ò sì tún ṣẹkù

109/110 ÌWÚRE AGBỌRODÙ

Orin: Igi gbogbo ló kojú sì Ọlọrun
Ìjà òrìṣà ni wọ́n gbè
A d'ífá fún àlùgbọ́ńkúlé
Tí ń sọ̀rọ̀ bí inú àgbọnmìrègún
Igi gbogbo ló kojú sì Ọlọrun
A d'ífá fún Ọ̀rúnmìlà
Ifá ń bọ lábàtà ẹ̀kọ́ ọmọ ẹlẹ́yẹ
Ẹbọ ná ní kó máa ṣe
Kè pẹ́ kè jìnnà
Ká bá ni wọ̀wọ́ ire
Wọ̀wọ́ ire làá bá ni lẹ́sẹ̀ ọba òrìṣà
Eléyìí Ifá sọ pé yó ò gbà
Àṣẹ

111/112 ÌWÚRE ỌJỌ́ ỌLA

Ifá sọ pé eléyìí ọjọ́ òní rẹ̀
Ọjọ́ ọla rẹ̀
Yó ó suwọ̀n
Orin: Ẹni a bá ròde là á bá relé
Ẹni ajá bá lajá bá a lọ
A dá'fá féjíwòrì tí kò jù mo akápòóree gìrìgìrì
ifá kọjú mọ́mi wò mí ire
Eèjíwóré
Ifá tẹjú mọ́ mi o wò mí ire
Ejìwòrè
Ta bá tẹjú mọ ni là á máa lájé
Eèjíwóré
Ifá tẹjú mọ mi o wò mí ire
Ejìwòrè
Ta bá tẹjú mọ ni là á máa láya
À á máa bímọ
À á maa ní ire gbogbo

Eèjíwóré
Ifá tẹjú mọ mi
Ifá sọpé eléyìí ọjó òní
Ọjó òla rẹ̀ yóò dáa
Yóò sì rọrùn

113/114 ÌWÚRE ÀLEJÒ

Orin: Èjí niyì eyín
Gààgà niyì ọrùn
Ọmọ rúmùrúmú niyì obìnrin
A d'ífá fún Dèràrọ́ ọmọ fàdá mẹ́wàá
ṣẹbọ nítorí ọmọ
Kè pé kè jìnnà
Ká bá ni jèbútú ire
Ó ní o dé e re
O rìn ire
O mọ̀ ìrìn àsìkò rìn
Ìgbà tà ń tápọ̀là lọlé pẹ́ré bẹ ló bó lóhun tan
Bẹ́ẹ̀ni ò bó lóhun tan
Ìrìn àsìkò lọ mọ̀ ọ́ rìn
Arájì gòrògbà tó jọba lóde ìbíní
Ájé gódó gbá
Ọ̀ bá dúró ọ bá wa tún ilẹ̀ wa yìí ṣe
Àjìgòdò gbá
Ifá sọ pé àlejò ire yó ò máa bá ẹnikọ̀ọ̀kan wa

115/116 ÌWÚRE AJÉ

Ifá sọ pé ajé olókun yó ò máa bá eléyìí

Orin: Ìní rinrín awo olókun
Ló d'ífá fún Olókun

Ìgbà tó bu omi lókùn tó fi bójú
Ìní rinrín awo ọlọ́sà
Ló d'ífá fún Ọlọ́sà
Ìgbà tó sọ̀gbà ò sisẹ̀
Ìní rinrín wá dé àwo olókun
Ifá o ló sọ olókun dawo àjíkí
Ifá sọ pé ire ajé
Ire owó
Ire ọlà
Ire gbogbo yó ò máa bá eléyìí
Yó ò máa bá a gbe
Àṣẹ

117/118 ÌWÚRE ẸSÌN ÌBÍLẸ̀

Tí a bá jí ní àárọ̀ ta bá gbàdúrà
A ó gbàdúrà pe;

    Orin: Ọ̀sẹ́ Ọ̀sẹ́ o
                Ọ̀yẹ̀ ọ̀yẹ̀
                A d'ífá fún Akíoró tí í sọmọkùnrin òde òǹkò
                Òǹkò ò ní ẹlòmíì
                Bí ọ̀ bá sí Akíoró
                Akínoró ni bàbá òǹkò
                Ifá tí mo bá dẹ̀ o rí mi

119/120 ÌWÚRE ORÍIRẸ

    Orin: Oríire ló ń mú ni jọba
                Ọ̀rọ̀ àmọ́ gè ní í mú ni lọ ìdá ọ̀sà
                A d'ífá fún Ọ̀rúnmìlà
                Ifá ó gun obìnrin àró
                Ọ̀rọ̀ àró è e dùn mí mọ́

Mú mi sosùn mè e kunra
Ifá sọ pé oríirẹ̀ rẹ̀ yó ò gbé e débi ire

121/122 ÌWÚRE ÀJÀBỌ́

Tí a bá ki Ifá fún eléyìí Ifá sọ wípé yó ò ja àjàbó
Ǹkan rẹ̀ kò sì ní bàjẹ́
Ọ̀wọ̀ ọ́ jẹ́ fún un

Orin: Òtúrú pọn
Òtúrù pọn
Ọ̀pọnmọ dìrẹ̀ jámọ́ọ́ lẹ̀
A d'ífá fún Òrìṣàlá
Orín ń bẹ ní rọ̀gùn ọ̀tá
Kè pé kè jìnnà
Ká bá ni laàrú ṣégun
Aàrú ṣégun la sà bá lẹ́ṣẹ̀ ọba òrìṣà
Ifá sọ pé eléyìí yó ò máa jàjàbó
Lọ́wọ́ ikú
Lọ́wọ́ àrùn
Lọ́wọ́ òfò
Lọ́wọ́ ìjà
Lọ́wọ́ èse
Lọ́wọ́ ẹ̀gbà yó ò máa ja àjà bọ̀ọ́
Àṣẹ

123/124 ÌWÚRE ÌṢẸ̀ṢE

Orin: Òkú súnà re
Ọ̀sà súlẹ̀ gbẹ
Aláyé ń rayé awo ayé
Alásà rásà awo àsàn
Àwọn àgbààgbà méríwó wẹ̀yìn

wón wo gbogbo éyìn ọ̀rọ̀ wón rò pé ò suwọ̀n
mọ́
Wọ́n firun dímú
Wọ́n fi irùngbòn díyà gbingbingbin
A d'ífá fún ìṣẹ̀ṣe tí ń ṣe lòlò láyé
A d'ífá fún ìṣẹ̀ṣe tí ń ṣe lòlò ní wà ọ̀run
Ó ní bàbá ẹni ìṣẹ̀ṣe ni
Ìyá ẹni ìṣẹ̀ṣe ni
Orí ẹni ìṣẹ̀ṣe ni
Ìṣẹ̀ṣe là á bọ ní'fẹ̀
Kátó bọke
Ifá sọ pé ìṣẹ̀ṣe wa kò ní bàjẹ̀ o

125/126 ÌWÚRE ÌGBÀGBÒ

Ifá sọ pé ìgbàgbọ́ ẹni ni ọkàn ẹni

Orin: Òkún dá dí ìgbín
Òkòsí dá dìí ìgèdè
Ayé a ṣẹ̀ṣẹ̀ máa daápọn
A d'ífá fún Òkòsí tí í ṣe ẹran ìgàlè
Ó ní ẹ má paa o
Ẹran àbọ̀ wọn ni
Ẹni bá pòkùsú
A bókùsí rìn ìn
Ó ní ẹ má paa o
Ẹran àbọ̀ wọn ni
Ifá sọ pé eléyìí kò ní ìgbàgbọ̀ lórí ìrìn-àjò tí í
    bá ń rìn
Ọ̀wọ̀ ó sì jẹ́ fún un

127/128 ÌWÚRE MÙSÙLÙMÍ

Àlàáfíà ni

Orin: Ká fáré ń mósálásí
            Ká fẹsẹ̀ lé jíìjíì
            Ká fára gbogbo yọ̀ mólé
            A d'ífá fún Ọrúnmìlà
            Ifá ó sọkọ à á wà
            Ifá ó sọkọ gámbí
            Ọrúnmìlà ló fẹ́ gàmbí
            Ó tún gbà á wà
            Á fi Ifá wa ṣe ìmọle
            Òtúá méjì ni

129/130 ÌWÚRE ẸLÉSÌN MÌÍRÀN

Orin: Àràbà ni bába
            Àràbà ni baba
            Ẹni a bá lábà ni bàbá jẹ́
            Ẹni a bá lábà tó bàbá ṣe fún ni
            A d'ífá fún bàbá ìmọle náà
            A bẹ̀rù gẹ̀rẹ̀jẹ̀
            Kè pé kè jìnnà
            Ká bá ni laàrú ṣégun
            Aàrú ṣégun la sà bá léṣẹ̀ ọba òrìṣà
            Orúgbá awo ẹtìmọgbà
            Ló d'ífá fún awo ẹtìmọgbà
            Ọmọ roko lábẹ́ ọdán
            Àtòjò àtẹ̀rùn
            Àígbọ́kú ẹlẹ́tìmọgbà awo
            Ifá sọ pé a ò ní gbọ́kú ẹnikankan
            Ọwọ̀ ó sì máa jẹ́ fún gbogbo wa

131/132 ÌWÚRE ILẸ̀ AFỌKỌ́YẸRÍ

Orin: Ó ní ọ̀kàn salẹ̀ sàkúta
Baba ọlọwọ́ ọkọ́ ló d'ífá fọ́kọ́
Ọ̀kàn salẹ̀ sàkúta
Babaláwo ilẹ̀ ló d'ífá fún ilẹ̀
Ọ̀kàn salẹ̀ sàkúta
Baba Ifá láṣọ
Aṣọ ní í san mọ́re sànbé
Ọlẹ̀ ìí gbọ́kú ọkọ́
Àígbọ́kú aṣọ
Àígbọ́kú ilẹ̀ àfi kó gbó
Ifá sọ pé kò síkú fún ẹnikọ̀ọ̀kan wa
Àṣẹ

133/134 ÌWÚRE ÒJÒ

Tí òjò bá ń bọ̀
Ọ̀wọ̀ yó ò máa jẹ́ fún wa

Orin: Níbi ọsẹ́rẹyìn
Babaláwo omi ló d'ífá fómi
Ó ní bẹ́ ẹ lágba tẹ̀kọ́ ọmọ aráyé
Àtòjò-àtẹ̀rùn àírójú ọgbẹ̀mí lára omi

135/136 ÌWÚRE OMI

Omi tuntun jòló jòló
Ifá sọ pé odò ayé kò ní gbé ẹnìkọ̀ọ̀kan wa lọ
A à sì ní ríjà Ọ̀ṣun
Ore yèyé Ọ̀ṣun
Àṣẹ

Orin: Omi tòkí tòkí a béèrù wà
A d'ífá fún ája

Abù fákàn
A gbé yìí tò de ọrun bọ̀ wá sí ilé ayé
Ó ní èmi ò ní fi ilé akàn lẹ̀ kí n jíṣẹ́ ẹja
Ẹja n bákàn
Akàn ló jẹ́ rere o
Ẹja n bákàn
Omi ayé, odò ayé kò ní gbé wa lọ
Àṣẹ

137/138 ÌWÚRE ÌJÌ ATẸ́GÙN

Ifá sọpé Ìjì atẹ́gùn kò ní gbé ẹnìkọ̀ọ̀kan wa lọ

Orin: Níbi ọ̀sẹ̀ ìtú àmọ̀sí ìkọ̀lé
Pítí lẹsẹ̀ sùbú
Ẹ̀là agẹmọ ò tó gèlè ǹ bá tórí wé
A d'ífá fún arorè asà aróre Ìjẹ̀bú
Òní mi a pèjì
Ọ̀la mi a pèjì
Àpèjì ń ponírú
Àpèjì ń pelépo
Àpèjì ń poníyọ̀
Àpèjì àpèlà
Ápòsà ní Ìjẹ̀bú
Ọ̀sẹ́ ore là orere
Àpèjì ni tèmi ò
Igba lewé orí jìn
Àpèjì ni tèmi ò
Ifá sọpé ìjì burúkú kò ní kọlu ẹnìkọ̀ọ̀kan wa
Àṣẹ

139/140 ÌWÚRE ILẸ̀ MÍMÌ, ILẸ̀ RÍRÌ, ILẸ̀ YÍYỌ̀

Ilẹ̀ kò ní yọ ẹnìkọ̀ọ̀kan wa

Orin: Níbi ọ̀tẹ̀ rẹ̀ gbọ̀ngbọ́n ní í ṣe ọkọ ilẹ̀ẹ́yọ̀
Babaláwo ayé ló d'ífá fún ayé
Ayé tò de ọ̀run bọ̀ wá sí lé ayé
Kè pé kè jìnnà
Ká bá ni jèbútú ire
Jèbútú ire làá bá lẹ́ṣẹ̀ ọba òrìṣà
Ọ̀tẹ̀ rẹ̀ gbọ̀ngbọ́n ní í ṣe ọkọ ilẹ̀ẹ́yọ̀ náà
A d'ífá fún Ọrúnmìlà
Ifá jí
Ifá mọ́wọ́ kan omi inú ajogun
Ónírúrú ẹbọ ní í gbe ni
Àìru è é gbènìyàn
Kè pé kè jìnnà
Ká bá ni laàrú ṣẹ́gun ká báni ní jẹbútú rere
Ifá sọpé ilẹ̀ yíyọ̀
Ilẹ̀ mímì kò ní mi ẹnikọ̀ọ̀kan wa
Ìdágìrì àárọ̀
Ìdágìrì òru kò ní dá ẹnikọ̀ọ̀kan wa
Àṣẹ

141/142 ÌWÚRE ỌGBÌN

Ifá ní tí eléyìí bá gbin ǹkan
Tó bá fẹ́ kí ǹkan ọ̀hún ó dáa
Ǹkan rẹ̀ yó ò dáa

Orin: Ọjà tí a fowó rà owó làá fìí pa
Ará fẹ́jọ́ ọ̀bà tí ń sawó re ojùrùmẹkùn
Kè pé kè jìnnà
Ká bá ni jèbútú ire
Jùbútú ire làá bá lẹ́ṣẹ̀ ọba òrìṣà
Ifá sọ wípé eléyìí ǹkan rẹ̀ yó ò sì dáa
Àṣẹ

143/144 ÌWÚRE ẸRANKO

Ǹkan burúkú kò ní ṣẹlẹ̀ sí wa
Ǹkan burúkú
Afẹ́fẹ́ burúkú
Ìjì burúkú
Ẹran burúkú
Kò ní kọlu ẹnìkọ̀ọ̀kan wa
Ọ̀wọ̀ yóò sì máa jẹ́ fún ẹnikọ̀ọ̀kan wa

Orin:　Ká tiwájú bù ú
　　　　Ká tẹ̀yìn bù ú
　　　　A d'ífa fún igba alami tí ń lọ ọ́ tún ọkọ̀ ṣe
　　　　Má mà mà jẹ́ kọ́kọ̀ dà walami
　　　　Ẹ̀rìjì àlọ̀
　　　　Ifá má jẹ́ kí ẹranko ayé da ni
　　　　Ifá sọ pé ẹran burúkú kò ní ṣẹlẹ̀ sí ẹnìkọ̀ọ̀kan wa
　　　　Àṣẹ

~ ~ ~

145/146 ÌWÚRE ÀRÀ TÓ Ń ṢÀN LÁTI ÒKÈ WÁ

Orin:　Bùru bùru ni ọsan àrá
　　　　Bùru bùru ni òjí màmàmà
　　　　Akọ àparò
　　　　Abo àparò
　　　　Nwò lagbe lórí sansanàsan
　　　　A d'ífá fún Olúbánbí
　　　　Ọmọ a rí igba ọta ṣẹ́gun
　　　　Gbàràgá ń bẹ láàárín òsè tí ń bẹ láàárín ọ̀tá
　　　　Ó ní kí n làrá e ṣẹ́tẹ̀
　　　　Igba ọta làrá e ṣẹ́tẹ̀
　　　　Igba ọta
　　　　Ifá sọpé sàngó ò ní báwajà
　　　　Yó ò sì máa dọ́wọ̀ fún wa nígbà òjò àti ẹ̀rùn

147/148 ÌWÚRE ÒṢÙPÁ

Ó ní amóṣùpá jo lóhùn roro
Ayé òṣùpá bí ó ṣe dáa tó lalẹ̀
Tó làkà ká gbogbo ayé
Ifá sọpé ayé tí ẹnìkòòkan wa náà yó ò dáa o

Orin: Sìnmí títí awo sìnmí títí
            Sìnmí jìnnà awo sìnmí jina
            O ò le sìnmí titi
            O ò le sìn mí jìnnà ko wá bá mi dé ìlosò tán
                wọ́n ní'fá
            A dí'fá fún òṣùpá
            Òún tí ìkọ̀lé ọrun bọ̀ wá sáyé
            Ó ní amóṣùpá jo lóhùn roro
            Ìgbà tí a móṣùpá joyè layé tó rójú
            Ó ní amóṣùpá jo lóhùn roro
            Ifá sọpé ayé wa yó ò tòrò
            Yó ò tumùbà
            Yó ò tùṣẹ
            Àṣẹ

149/150 ÌWÚRE ÌRÀWọ̀

Ifá sọpé Ìràwọ̀ ẹnìkòòkan wa
Ògo ẹnikòòkan wa yó ò búyọ

Orin: Ó ní ọ̀yẹ̀kú logbì
            Awo a wínwín
            A dí'fá fún Ràwọ̀
            Tí ń bẹ láàárín ọ̀tá
            Láàárín ọ̀tá mẹ́ta
            Ìràwọ̀ ni yíì làárín ọ̀tá mẹ́ta ló wà

Orin: Bó o tòun ṣe lè dáa
            Bó o tòun ṣe lè gòkè
            Wọ́n ni kí Ìràwọ̀ rúbọ

Wọ́n ní ògo rẹ̀ yóò sì búyọ
Ó rúbọ tán báyìí ògo rẹ̀ bẹ̀rẹ̀ sí ní búyọ

Orin: Ó ní ọ̀yẹ̀kú logbì
Awo a wínwín
A dí'fá fún Ràwọ̀
Tí ń bẹ láàárín ọtá
Kè pẹ́ kè jìnnà
Ká bá ni wọ̀wọ́ ire
Wọ̀wọ́ ire làá bá ni lẹ́sẹ̀ò ọba òrìṣà

151/152 ÌWÚRE ÌDÁRAYÁ

Tí a bá ki Ifá eléyìí fun un, Ifá sọpé inú rẹ̀ yó ò máa dùn
Ara rẹ̀ yó ò sì máa yá

Orin: Bójà bá tú
A kó lóri pàtẹpátẹ
A kan ẹni sásàsà lójà
A kọkọ ọmọ lójú sáráí
A d'ífá fún Ire, Ire ní í ṣe ìyá Ògún
A d'ífá fún Ire, Ire ní í ṣe ìyá Àja
A d'ífá fún Ire, Ire ní í ṣe ìyá Ọ̀sọsì
Níjọ́ tí wọn ń gbèrò lójúde ọ̀run
Ògún lòun ó kóre ìyá òun wáyé
Ògún kó kó kò le è ko
Ìjà lòun ó kóre ìyá òun wáyé
Ìjá kó kó kò le è ko
Ọ̀sọsì lòun ó kóre ìyá òun wáyé
Ọ̀sọsì kó kó kò le è ko
Ọ̀rúnmìlà lòun ó kóre ìyá òun wáyé
Wọ́n ní kí ni yóò fi kó ire ìyá rẹ̀ wáyé
Ó ní ewé ire ni ire ní ń jẹ́
Egbò ire ire ní ń jẹ́
Àtọ̀tún àtòsì lẹ lé fi ń kóre ajé wọlé
Ifá kó o kóre ajé tọ̀ wá wá

Àtòtún àtòsì lẹ lé fi ń kóre ajé wọlé
Ifá ní ti a bá ki Ifá fún eléyìí
Bí inú rẹ̀ ò tiẹ̀ fẹ dùn
Inú rẹ̀ ó dùn
Ara rẹ̀ yó ò sì yá gágágá
Àṣẹ

153/154 ÌWÚRE ÒṢÙMÀRÈ

Orin: Ó ní kánkán láti lọ
Irin Gbẹ̀rẹ̀ gbẹ̀rẹ̀ gbẹ̀rẹ̀ lábọ̀
A d'ífá fún Òṣùmàrè ẹ̀gọ̀
Tí ń bẹ láàárín ọ̀tá jàńle jàńlele
Ẹbọ náà ní kó máa ṣe
Óníírú ẹbọ ní í gbe ni
Àìru ìí gbènìyàn
Kè pé kè jìnnà
Ká bá ni laàrú ṣẹ́gun
Àrú ṣẹ́gun la sà bá lẹ́sẹ̀ ọba òrìṣà
Ifá ni eléyìí yó ò dáa
Àṣẹ

155/156 ÌWÚRE ALÁÌSÀN

Ifá ní tí a bá kí Ifá fún eléyìí tó bá wà lórí àìsàn yó ò dìde

Orin: Níbi pa gúnugún bọfá wọlé alára
Pàkàlà bosìa òkè ìjerò
Pàtíòro bọ̀gún alábi bi èbó
A d'ífá fún Òrúnmìlà
Ifá ń bẹ láàárín òjòjò
Ifá ń bẹ láàárín ọ̀tá
Ifá jí

Ifá fojoojúmọ́ kan omi inú ajogun
Ó ní bó bá ṣe mí wéré mo dìde
Òjòjò kì í ṣàparò kó dalẹ́
Ifá bó bá ṣe mí wéré mo dìde
Ifá sọ pé eléyìí tó bá wà lórí àìsàn yó ò dìde

157/158 ÌWÚRE ÌSÌNKÚ

***Orin*:**   Ó ní táwo bá kú awo níí ṣorò lẹ́yìn awo
Ìsòrò ní í sẹ́yìn lẹ́yìn iṣègùn
Bí àlùfáà bá kú wọn a sọfọ́ rẹ̀ fún ìmọ̀le ẹgbẹ́
   wọn
Àmọ̀kìsì ní í sorò fẹ́kùún
Ẹyẹ wáwá ní í sorò lẹ́yìn ẹyẹ wáńwá
Lágbájá ọmọ ọ̀pẹ́
Lágbájá ọmọ àgbọnmìrègùn
Ọ̀run réré nibi tọ́ ń báfá lọ
Pẹ́bẹ́ lọ
Pẹ́bẹ́ bọ̀
A d'ífá fún àtẹ́lẹsẹ̀, yóò mon reja mo kariwo
mo kagba
Àí ràjò
Kẹ́ni má mà délé ẹni
Ó ní ògùngbà oní ròmọdẹ̀
A d'ífá fún oníròmọdẹ̀ tí ó dasọ borí tí ó máa ṣe
bí ègùngùn
Ògìgbò kásẹ nílẹ̀ Ifá ń ṣe

159/160 ÌWÚRE ÒKÚ ỌRUN

Tí òkú bá kú lọrun
Tí a bá ki Ifá rẹ̀
Gbogbo ohun tí a bá tọrọ fún un yó ọ̀ gbọ

Orin: Atọ́lárá
Asùnlárá
Òbùsùbùsù lahùn lahùn
Bọ́mọ kéékèèké bá ń bọ̀ lótù Ifẹ̀
Baba ló kọ́ sọ lórúkọ
A d'ífá fún lùjẹ̀ tí í ṣe ọmọ Ọ̀rúnmìlà
Abọgungun eléégún
Abọgungun eléegun
Ọ̀rọ̀ afìjà dùgbè
Ọba ìyẹ́ kì á gbè wá lọrun
Ará òrun ẹ fìjà dùgbè
Òkú ọrun yó ò sì jí sílẹ̀ yó ò sì sàdúrà fún oń
tibí yìí

161/162 ÌWÚRE TÚŃFÚLÙ

Orin: Àkòlùkùlù wẹ̀ẹ̀wẹ̀ẹ̀
A dí'fá fún ọmọ tuntun jòjòló tí ń t'òde ọrun bọ̀
wá síléayé
T'ọ́mọ bá ba lẹ̀ a pe baba
T'ọ́mọ bá ba lẹ̀ a pe ìyá
T'ọ́mọ bá ba lẹ̀ a pe baba
Ifá sọ pé ọmọ eléyìí
Ikú ò ní pa á
Àrùn ò ní ṣe é
Orin: Ibi ọká là á bí dú sébélé
Ọ̀dẹ̀dẹ̀ a bìdí gbèrí
A dí'fá fún ọmọ tuntun tí ń t'òde ọrun bọ̀
wá síléayé

Kè pé kè jìnnà
Ká bá ni jèbútú ọmọ
Jùbútú ọmọ làá bá lẹ́ṣẹ̀ ọba òrìṣà

163/164 ÌWÚRE ÌBEJÌ

Tí a bá ki Ifá eléyìí ìbejì yó ò sì gbe ni

Orin: Oyún ẹjèèjì ni mo pè nwò gbẹ nìkan mọ
A d'ífá fún táyéwò abò fún èèbó
Àwọn méjèèjì ń bò wá síléayé
A d'ífá fún táyéwò abò fún èèbó
Ayé yẹ táyéwò
Ayé sì ye èèbó
Ayé yẹ ìdòwú ọmọnìkejì wọn
Ohun gbogbo ní í ṣe é yẹdun
Ẹ̀rìjẹ̀àálọ̀
Ifá jẹ́ káyé yẹ wá jù wọ́n lọ
Àdúrà wa yó ò gbà
Yó ò rí bẹ́ẹ̀
Òòsà ìbejì ó gbè wá
Yó ò rí bẹ́ẹ̀
Yó ò ṣe bẹ́ẹ̀
Àṣẹ

165/166 ÌWÚRE ÌBẸ̀Ẹ̀TA

Ẹni tí a bá ki ifá eléyìí fún àdúrà rẹ̀ yó ò gbà
Ǹkan rẹ̀ kò sì ní bàjẹ́

Orin: Ó ní pèpé ní í sawo ilé
Ọ̀gbàrà ní ń sawo ìgbáràde
Alápàńdẹ̀dẹ̀ ni ò kọ́lé
Ni ò kanmi

Ni ò kànkè lókọ ẹ̀ sórí ìdo
A d'ífá fún tọmọ ọ̀sọ̀mọ̀ ní'fẹ̀
Bàbá rẹ̀ kú ó fi í lẹ̀ léńjeléńje
Ìyá rẹ̀ kú ó fi í lẹ̀ lènjelènje
Ó wá korò sílẹ̀ ó bú ṣẹ́kún
Ó ní òun ṣe le mọ̀ ọ́ ṣe lòun ó ṣe le mọ ṣe
Wọ́n ní èègun ilé
Yó ò máa rọ̀ ọ́ ṣe
Wọ́n ní ọ̀ṣọ́ ọjà
Wọ́n ní yó ò máa rọ̀ ọ́ ṣe
Ó lòun ò mọ èègun ilé ẹni
Òun ò mọ ọ̀sọjà ẹni
Ó ní baba ẹni leègún ilé ẹni
Ìyá ẹni lòsọjà ẹni
Ó ní béku
Béja
Béyẹ
Béran fílẹ̀ òun ọ̀ mọ̀
Ìṣù ọlọ̀run
Ke wá bá ni tórò yìí ṣe
Ìṣù ọlọ̀run
Ifá ní àdúrà rẹ̀ yóò gbà
Ǹkan rẹ̀ kò ní bàjẹ́

＜＞ ＜＞ ＜＞

167/168 ÌWÚRE ABOYÚN

Tí a bá ki Ifá eléyìí fún aboyún, wẹ́rẹ́ ni yó ọ̀ gbọ́
Níjó ìkúnlẹ̀ ááyán ò ní mọ̀
Èrà kò sì ní mọ̀
Tó bá lóyún
Tó bá ti ń fi orúnkún kan kúnlẹ̀
Yó ò máa fi orúnkún kan dìde

    Orin: Ó ní ogbè ká relé ọmọ ọsìn
                 Ògbè ká relé ọmọ ọrà

Ògbè ká relé ọmọ Ògún lẹ̀gẹ̀ lẹ̀gẹ̀ ilẹ̀ alẹ̀de
A d'ífá fún aboyún
Tí ń tí ọrun bọ̀wá síléayé
Kè pé kè jìnnà
Ká bá ni jèbútú ọmọ
Jùbútú ọmọ làá bá lẹ́sẹ̀ ọba òrìṣà
Ifá ní eléyìí tí bá ń lóyún wẹ́rẹ́ ni yó ò máa bímọ
Ogun omi ò tó
Ẹ̀jẹ̀ ò tó kò ní tọ́ sii
Àṣẹ

169/170 ÌWÚRE ÌFI ỌMỌ SÍṢẸ́

Tí a bá fẹ́ mú ọmọ lọ sí ẹnu iṣẹ́
Tí a sì fẹ́ kí ó ṣe àṣeyọrí, á ki Ifá rẹ̀

    ***Orin*:**   Ó ní ọ̀yẹ̀kú wọ́n rin mì
    Ọ̀yẹ̀kú wọ́n rin jẹ
    Ọ̀yẹ̀kú sẹnu pàkà pàkà gbé e mì
    A d'ífá fún isin tí ń sọ pé òun ò lájé
    Ó lànà lànà régé gé
    Bísin bá là sínú ìgbẹ́
    A làgbẹ́ lọ ọ̀dọ̀ isin
    Ó lànà lànà réré kàn mí
    Ifá sọ pé eléyìí bí a bá mu lọ ibi iṣẹ́ yó ò so
    èso ire fún un
    Ǹkan rẹ̀ kò sì ní bàjẹ́
    Àdúrà rẹ̀ yó ò sì gbà
    Yó ò ṣe àṣeyè
    Àṣẹ

171/172 ÌWÚRE ÌDÁNWÒ

Eléyìí tí ó bá ń lọ ibi ìdánwò tí o fẹ́ kó yege yó ò sì ri bẹ́ẹ̀

Orin: Ó ní ọ̀kànràn méjì abìdí báàbàbà
Ajeré a ojú jọjọjọ
A d'ífá fún ìtẹ̀kùn ọlá tí ń sawo réde
Ìtẹ̀kùn ọlá o dé awo réde
Ìfàtá oúnjẹ lóde ò tó tilé
Ifá sọ pé eléyìí tó bá lọ ibi ìdánwò
Yó ò sì páàsì
Yó ò sì yege
Àṣẹ

173/174 ÌWÚRE TÍ ỌRỌ̀ ẸDÁ BÁ DÀRÚ

Tí ọ̀rọ̀ rẹ̀ yó ò fi n'ìyànjú
Tí ọ̀rọ̀ rẹ̀ yó ò fi dáa
Tí ọ̀rọ̀ rẹ̀ tí yó ò fi tòrò
Tí a bá ki Ifá eléyìí fún u, ọ̀rọ̀ rẹ̀ yó ò sì tòrò
Yó ò sì dáa

Orin: Ó ní ẹ jẹ́ a tibi ìjẹ̀gbẹ̀rẹ̀ mógbè túá
Ẹ jẹ́ á tì boùn kò lè rọ ni
A d'ífá fún bẹ̀rẹ̀sẹ́nùmì tí í somogbè alárá
Ó ní ẹ sáà máa mi nu
Ẹ̀yin ẹbẹ̀rẹ̀sẹ́nùmì
Ẹ sáà máa mi nu lámimì táe lájé
Táe níre gbogbo
Táe ṣẹ́gun
Ẹ̀yin ẹ sá máa mi nu
Ẹ̀yin ẹbẹ̀rẹ̀sẹ́nùmì
Ẹ sá máa mi nu
Ifá sọ pé eléyìí tí ọ̀rọ̀ rẹ̀ bá dojúrú, tí a bá ki Ifá
rẹ̀ fun un
Ìṣojú àwọn ọ̀tá tí wọn ń gbógun tíì ni yóò ti ní
àṣeyọrí

175/176 ÌWÚRE ỌRÚNMÌLÀ

Tí a bá fẹ́ pe Ọrúnmìlà, tí a bá ki Ifá eléyìí yó ò sì dáni lóhùn

    Orin: Epó şe régérégé

                Epó gbojú omi

                Omi şe régérégé

                Omi gbójú epo

                Awáye ń şe ìyá ogele

                Oge ń şe ìyá òrìşà

                A dá'fá fún Olọ́sìn

                Ọmọ tagùntàn sọlà

                Ẹlẹ́yin ò mọ̀ bágùntàn şe ń bímọ

                Olọsìn ń bímọ

                Olọsìn lọmọ atagùntàn sọlà

                Ifá sọ pé eléyìí yóó là

                Yó ò sì rí şe

                Ọrúnmìlà yó ò síjú àánú wò wá

                Àşẹ

177/178 ÌWÚRE ÀTÚNŞE

Tí ǹkan bá fẹ́ yigẹ

Tí a bá fẹ́ şe àtúnşe

A ó sì ki Ifá rẹ̀

    Orin: Ó ní má jẹ́ a gbọ́

                Baba alárá ló d'ífá fún Alárá

                Má jẹ́ á mọ̀

                Baba ìjerò ló d'ífá fún ìjerò

                Ọ̀rọ̀ tí ẹ ní wọ́n má jẹ́ a gbọ́

                Ọ̀rọ̀ tí ẹ ní wọn má jẹ́ á mọ̀

                Gbogbo ayé ní ó bá wa da

                A dá'fá fún Aláàfin àyíká odó

                Gun ń şe ọkọ ayaba lágbo

                Ó ní alárorí orí ò gbudọ̀ fọ

Àjìwòró orí ò gbudò fọ
Ọwọnràngún orí ò gbudò fọ
Ẹyin gẹlẹtán làá fí fi sáyé
Orí ò gbudò fọ
Ifá sọ pé eléyìí ǹkan rẹ̀ kò ní dojúrú
Orí
Ẹ̀dọ̀ kò ní dùn ún
Yó ò rí bẹ́ẹ̀
Yó ò ṣe bẹ́ẹ̀
Àṣẹ

179/180 ÌWÚRE ỌBÀTÁLÁ

Ọbàtálá, Ọbàtálá, Ọbàtálá
Ọbàtá rìṣà rìṣà rìṣà
Bẹ́ẹ̀ni Ifá so
Óní gb'émi ró kí n k'ifá rere fún ọ
Sọ̀ mí kalẹ̀ kí n kẹ̀ rọrọ fún àwọn mọ kéle
A dà fún Ọbàtálá, Ọbàtá rìṣà rìṣà rìṣà
Tí ń t'ògan ìbá síiléayé
ní ń gbe ni, àre è é gbè 'nìyàn
Kè pẹ́ kè jìnnà
Ká bá ni wọ̀ wọ́ ire
Wọ̀wọ́ ire làá bá ni lẹ́sẹ̀ ọba òrìṣà
Yóò rí bẹ́ẹ̀ o, yóò ṣe bẹ́ẹ̀
Ọbàtálá kò ní bá wa jà o
Yóò ṣègbè fún wa ni o
Kó rí bẹ́ẹ̀, kó ṣe bẹ́ẹ̀ o

181/182 ÌWÚRE ÒGÚN

Ìwúre ògún
Ifá sọ pé eléyìí, Ògún kò ní bá wa jà o
Ògún yóò d'ọ̀rọ̀ fún wa o
Bẹ́ẹ̀ ni ifá sọ o
Ifá sọ wípé a ò sì ní r'íjà Ògún
L'áàrọ̀ l'ọ́sán l'óru, bẹ́ẹ̀ ni
Ní bi ọtẹ̀rẹ̀ ìgbín ló ń ṣ'ọkọ ilè ń yọ̀
Mo ti d'ífá yìí lẹ́ẹ̀kan,
Ọtẹ̀rẹ̀ ìgbín ló ń ṣ'ọkọ ilè ń yọ̀,
A d'ífá f'ógùn-ún,
Ògún o ní jà òlele
Ínú bọ n ná bu nu ọ̀tá
Tí ń t'òde bọ̀ wá síléayé
Kè pẹ́ kè jìnnà
Ká bá ni l'árí ṣẹ́gun
Àríṣẹ́gun l'àsà bá n l'ẹ́sà Ọba òrìṣà
Ó sọ pé
A ò ní r'íjà Ògún o
Ògún ò ní fi ẹ̀jẹ̀ ẹnìkànkan wa
Kò ní fi wẹ̀ o
Àṣẹ
Bẹ́ẹ̀ni

∽ ∽ ∽

183/184 ÌWÚRE ỌYA

Ọya ò ní bá wa jà o
A ò ní ríjà afẹ́fẹ́
Afẹ́fẹ́ burúkú
Ìjì burúkú
Kò ní bá wa jà

> **Orin:**   Níbi ogbè dá ọ̀sùn tẹlẹ̀
> Ọmọ rórẹ́ dúró jingí ni

A d'ífá fún Ọya
Ọya ní ń tòde ọrun bọ̀ wá síléayé
Ojú ọmọ ní ń pọn ọn
Kè pé kè jìnnà
Ká bá ni jèbútú ọmọ
Jùbútú ọmọ làá bá lẹ́ṣẹ̀ ọba òrìṣà
Kè pẹ́ kè jìnnà
Ká bá ni wọ̀ wọ́ ire
Wọ̀wọ́ ire làá bá ni lẹ́sẹ̀ ọba òrìṣà
Ifá sọ pé Ọya kò ní bá ẹnìkọ̀ọ̀kan wa jà
Yó ò rí bẹ́ẹ̀
Yó ò ṣe bẹ́ẹ̀
Àṣẹ

185/186 ÌWÚRE Ọ̀ṢUN

Ọ̀ṣun sèngẹ̀sẹ́ olóyè ayò

Orin: Ó ní ìmúru kúdúrú
Ẹ̀pà náà kódóró
A d'ífá fún Ọ̀ṣun awùjí
Ńṣe ràbàtà ń lọ̀kan ilẹ̀ mọ́ bíbí
Ọ̀ṣun ní wọn kì í ṣẹbọ ìmúru kúdúrú
Ẹ̀pà náà kódóró
Wọn sẹ̀bọ́ mú kúdúrú
Ẹ̀pà náà kúdúrú
Ọ̀ṣun kò ní pọn mi àrùn
Kò ní pọn ọn sẹ́nìkọ̀ọ̀kan wa nínú
Yó ò rí bẹ́ẹ̀
Yó ò ṣe bẹ́ẹ̀
Àṣẹ

187/188 ÌWÚRE YEMỌJA

Ifá sọ wí pé Iyemọja Ọ̀ṣun náà ni
Kò ní bá wa jà
Yó ò rí bee
Yó ò ṣe bẹ́ẹ̀
Àṣẹ

Orin: Òtúrú pọn gbè pọn gbá
            À ń pọn ọmọgbè
            Ọmọgbè ń pọn gbá
            Alóló mọyan
            Alolò mọyan
            A d'ífá fún Ọya
            Ọya ní ń tòde ọ̀run bọ̀ wá síléayé
            Ojú ọmọ ní ń pọn ọn
            Kè pé kè jìnnà
            Ká bá ni jèbútú ọmọ
            Jùbútú ọmọ làá bá lẹ́ṣẹ̀ ọba òrìṣà
            Ọ̀ya ò ní bá wa jà
            Láàárọ̀
            Lọ́sàn án
            Lóru
            A ò ní ríjà afẹ́fẹ́
            Àṣẹ

189/190 ÌWÚRE OLÓKUN

Olókun kò ní bá wa jà
Òkun yó ò máa sègbè fún wa ni

Orin: Ìrẹ́ n tẹgbè
            Bìní rin ní
            Awo Olókun
            A d'ífá fún Olókun tí ń tọrun bọ̀ wá síléayé
            Ojú owó

Ojú ọlà ní ń pọn ọn
Owó nirin nirin wá dé awo Olókun
Ifá ló solókun dàjíkí
Ifá sọ pé òkun yó ò gbè wá
A ò ní ríjà òkun
Àṣẹ

191/192 ÌWÚRE ÈṢÙ

Orin: Èṣù láàlú
Ajóngólò
Ọkùnrin ìta
Ibi òsálugbè
Ibi òsá ń jágbè lájà
Aralé baálé kankan
A d'ífá f'Éṣù òdàrà tí ń tòdeọrun bọ̀ wá síléayé
Èṣù má ṣe mí o
Èmí rúbọ
Ọmọ ẹlòmíì ni o ṣe
Èṣù má ṣe mí o
Èmí rúbọ
Ọmọ ẹlòmíì ni o ṣe
Ifá sọ pé Èṣù kò ní bá wa jà
Yó ò rí bẹ́ẹ̀
Yó ò ṣe bẹ́ẹ̀
Àṣẹ

193/194 ÌWÚRE ṢÀNGÓ

Orin: Ẹní rán ni níṣẹ là ń rábọ̀ fún un
A d'ífá fún Òrúnmìlà
Ifá lọ tẹ ṣàngó ní'fá

Ó ní awo lọdọrẹ mojùàrè
Àrè rárèrá mojùàrè
Èyí tí kò tọfá dọwọ́ rẹ mojùàrè
Àrè rárèrá mojùàrè
Ó ní àrè rárèrá mojùàrè
Àrè rárèrá mojùàrè
Atọ́kọ́fá dọwọ́ rẹ mojùàrè
Àrè rárèrá mojùàrè
Tí ò bá gbọ́fá mojùàrè
Àrè rárèrá mojùàrè
Ifá sọ pé a ò ní ríjà Ṣàngó
Ọ̀wọ̀ ọ́jẹ́ fún wa
Àṣẹ

195/196 ÌWÚRE ṢÀNPÀNNÁ

Orin: Ó ní inú omi ni ò lé e ko
Ìsàlẹ̀ omi ni ò ní bòtò bótò
A dá'fá fún Ṣànpànná
Tí ń bẹ ní ìràngún ọ̀tá
Tí ń tòde ọrun bọ̀ wá síléayé
Ẹbọ wọ́n ní kó máa ṣe
Ónírírú ẹbọ ní ń gbeni
Àìru kì í gbènìyàn
Kè pé kè jìnnà
Ká bá ni laàrú ṣẹ́gun
Ifá ní a ò ní ríjà bàbá òde
A ò ní ríjà bàbá Sànpànná
Yó ò dẹwọ́ rẹ̀ fún wa
Yó ò dá ààbò rẹ̀ bò wá
Láàárọ̀
Lọ́sàn án
Lóru
Ní gbogbo ìgbà

Yó ó dọ́wọ̀ fún wa
A ò ní ríjà bàbá òde
Yó ò rí bẹ́ẹ̀
Yó ò ṣẹ bẹ́ẹ̀
Àṣẹ

197/198 ÌWÚRE IFÁ

Orin: Ifá olókùn un
A sọ̀rọ̀dayọ̀
A ṣẹ́ sọ̀rọ̀ òbìnní
Ifá ọmọ ẹníŕẹ
Ifá ọmọ ẹnìrẹ
Bọ́lá jókòó
Ọmọ àjùúṣara
Ọ̀di ilàrẹ́
Ọ̀gántí méerín fa
Ifá sọ pé odù Ifá gan-an gan-an gan-an gan-an
Yó ò dọwọ́ rẹ̀
Yó ò dáa fún wa
Ó ní lááfíà

Orin: Àlàáfíà ẹfọ̀n tí ń...
Ó ní ìkà ló kù tòun ó máa ṣe Ogúnlé lárá bẹ̀bẹ̀
òun ò gbẹ̀bẹ̀ rẹ̀
Ọgbọ́n òkè irẹjì wọ́n bẹ̀bẹ̀ òun ò gbẹ̀bẹ̀ rẹ̀
Àwọn arọ́gàá
Àwọn àrọ́gọ̀ọ́
Àwọn àrọ́ gomu gómù
A d'ífá fún Ọ̀rúnmìlà
Ifá réje rẹ̀ jẹ́ èèje
Ó ní bósó bá ń bínú
Bájẹ̀ẹ́ bá ń bínú
Ọsẹ́bẹ̀ ní í bẹ̀
Bẹ́lẹyẹ bá ń bínú

Ọ̀sẹ́bẹ̀ ní í bẹ̀ẹ
Ẹni ẹni o kì í bẹni ká mọ́ gbà
Ẹni ẹni
Ifá Olókun asọ̀rọ̀dayọ̀
Yó ò máa là wá
Yó ò máa ṣègbè fún wa ni
Kò ní bá wa jà
Yó ò rí bẹ́ẹ̀
Yó ò ṣẹ bẹ́ẹ̀
Àṣẹ

199/200 ÌWÚRE EGÚNGÚN

Egúngún olú Ifẹ̀

Orin: Ọ̀bàrà ègún tan
Ìbà àtìèlè
A d'ífá fún Egúngún àbàlá
Tí ń tòdeọ̀run bọ̀ wá síléayé
Kè pé kè jìnnà
Ká bá ni jèbútú ire
Ó ní igúúru ni ò láṣọ
Ọ̀dẹ̀ro ni ò lágọ̀
A d'ífá f'éégún tó sọ fún ìdù pé òun latọ́kùn
ilé ayé
Bégúngún bá pẹ̀yìn dà tán o
Yó ò fatọ́kùn ún lẹ̀
Ọmọ ẹni latọ́kùn ẹni
Éégún ayé
Éégún ọ̀run
Kò ní bá wa jà o
Yó ò là wá ni
Àṣẹ

201/202 ÌWÚRE ORÒ

Ifá sọ pé àdúrà wa yò ó gbà

Orin: Ó ní iyán búbu
Ọkà búbu
A d'ífá fún orò tó sọ kán ń máa ròdé ìgbẹ̀yìn
Orò lòun rí iyán búbu
Òun rọ́kà búbu
Kí òun tú sọ kán máa ròdé ìgbẹ̀yìn
Orò kò ní ro mọ́ wa lórí
Orò yó ò gbè wá ni
Orò yó ò là wá ni
Orò yó ò bá wa ṣẹ́gun
Yó ò rí bẹ́ẹ̀
Yó ò ṣe bẹ́ẹ̀
Láṣẹ Èdùmàrè
Àṣẹ

203/204 ÌWÚRE GẸ̀LẸ̀DẸ́

Orin: Òṣé ní í ṣáájú ẹkún
Àbámọ̀ ní í gbẹ̀yìn ọ̀rọ̀
Gbogbo ọ̀tọ̀ kù ló pé
Nwò rẹ́bọ àbámọ̀ ṣe
A d'ífá fún erúdè tí í sobìnrin àràká
Ore èní dúró o má lọ
Àràká mà mà ti ra àgbò
Erin dúró ọ má lọ
Àràká mà mà ti ra àgbò
Gẹ̀lẹ̀dẹ́ kò ní bá wa jà
Gẹ̀lẹ̀dẹ́ yó ò là wá ni
Gẹ̀lẹ̀dẹ́ yó ò ṣíjú àánú rẹ̀
Yó ò ṣíjú ọlà rẹ̀
Yó ò ṣí wo ẹnìkọ̀ọ̀kan wa

Yó ò rí béè
Yó ò ṣe béè

～　～　～

205/206 ÌWÚRE ÌGUNNUKÓ ÀGÉRÉ

Ifá sọ pé ìgununu yó ò là wá
Ìgununu yó ò ṣègbè fún wa

Orin: Ó ní ọsá ní ń wolé
Ìwòrè ní ń wòde
Iwájú gbèrègégé ní í gún
A d'ífá fún Olú àwọn ọmọ agún gégé bí ẹsin
Kè pé kè jìnnà
Ká bá ni wọ̀ wọ́ ire
Ó ní ọsá ní ń wolé
Ìwò ní ń wòde
Iwájú gbèrègégé ní í gún
A d'ífá fún ìgununu
Ìgununu ní ń tòde ọrun bọ̀wá síléayé
Kè pé kè jìnnà
Ká bá ni wọ̀ wọ́ ire
Wọ̀wọ́ ire làá bá ni lẹ́sẹ̀ ọba òrìṣà
Ifá sọ pé ìgununu kò ní bá wa jà
Yó ò là wá
Yó ò gbè wá
Yó ò rí béè
Yó ò ṣe béè
Nípasẹ̀ Ọrúnmìlà
Àṣẹ

207/208 ÌWÚRE ỌBÀLÙFỌ̀N

Àdúrà wa yó ò gbà
Ọbàlùfọ̀n ò ní ba ǹkan ẹnìkọ̀ọ̀kan wa jẹ́
Ǹkan ẹnìkọ̀ọ̀kan wa kò ní dojúrú

Orin: Ó ráńṣẹ́ mi yẹ́rẹ́ńpẹ́ mo dìde
Igbe àjùbà ní ń mì lóńgò lóńgò
A d'ífá fún Ọbàlùfọ̀n
Ọbàlùfọ̀n nìyí òun lójú ọlà
Òun lójú ire gbogbo ń pọ́n
Òún lè là
Òún lè rí ṣe
Nà ní kí Ọbàlùfọn rúbọ si
Wọ́n ní yó ò sì là
Yò ó sì rí ṣe
Ó ní wón ráńṣẹ́ sí mi yẹ́rẹ́ńpẹ́ mo dìde
Kè pẹ́ kè jìnnà
Ká bá ni wọ̀ wọ́ ire
Wọ̀wọ́ ire làá bá ni lẹ́sẹ̀ ọba òrìṣà
Ifá sọ pé Ọbàlùfọ̀n yó ò là wá
Yó ò gbè wá
Kò ní bá wa jà
Ǹkan wa ò ní bà jẹ́
Yó ò rí bẹ́ẹ̀
Yó ò ṣe bẹ́ẹ̀

〜 〜 〜

209/210 ÌWÚRE ỌBA ALÁDÉ

Tí a bá ki Ifá yìí fún ọba aládé èmí rẹ̀ máa ń gùn

Orin: Níbi oríirẹ ní í mú ni jọba
Ọ̀rọ̀ àmọ̀jú ní í mú ni làdá ọsà
A d'ífá fún Ọ̀rúnmìlà
Ifá lọ́ọ jọba láàárín ọmọ ènìyàn
Kè pẹ́ kè jìnnà

Ká bá ni wọ̀ wọ́ ire
Wọ̀wọ́ ire làá bá ni lẹ́sẹ̀ ọba òrìṣà
Ifá ní eléyìí orí rẹ̀ tó gbe dé ibi ọba kò ní rógun
àjákulẹ̀
Àṣẹ

211/212 ÌWÚRE OLORÌ LÁÀFIN

Tí a bá ki Ifá eléyìí fún olorì láàfin ẹmí rẹ̀ máa ń gùn
Irú wọn máa ń gbó
Wọn á máa tọ́ ní ilé ayé

Orin: Ó ní oríire gbé mi dé
Ẹ̀dá omire sọ̀ mí kà
Níbi orí mi ń gbé mi rè ẹmí ò mọ bẹ̀
A d'ífá fún tàṅṣẹ́ tó ń lọ bẹ nígbàkúùgbà
Kè pẹ́ kè jìnnà
Ká bá ni wọ̀ wọ́ ire
Wọ̀wọ́ ire làá bá ni lẹ́sẹ̀ ọba òrìṣà
Yó ò rí bẹ́ẹ̀
Yó ò ṣe bẹ́ẹ̀
Olorì láàfin ẹmí rẹ̀ yó ò gùn
Àṣẹ

213/214 ÌWÚRE ÌLÀRÍ ỌBA

Tí a bá ki Ifá fún eléyìí
Ǹkan rẹ̀ kì í bàjẹ́

Orin: Ó ní ogbèdín ogbèdin
A d'ífá fún Ọ̀rúnmìlà
Ifá ń bẹ lábàtà ẹkọ́ ọmọ ẹlẹ́yẹ
Kè pé kè jìnnà
Ká bá ni laàrú ṣẹ́gun

Àrú ṣẹgun la sà bá lẹ́sẹ̀ ọba òrìṣà
Yó ò rí béẹ̀
Yó ò ṣe béẹ̀
Àdúrà wa yó ò gbà
Àṣẹ

215/216 ÌWÚRE ÀWỌN AWO

Tí a bá ki Ifá fún àwọn awo ẹmí wọn máa ń gùn
Orí wọn máa ń sọre
Ǹkan wọn kì í bàjẹ́

Orin: Níbi ọ̀yẹ̀kú pàbàlà ń pàbó
Babaláwo ẹsin ló rá fẹ́ṣin
Ẹsín ń tòde ọ̀run bọ̀wá síléayé
Ónírírú ẹbọ ní í gbéni
Àìrú ẹbọ kì í gbènìyàn
Kè pé kè jìnnà
Ká bá ni laàrú ṣẹgun
Àrú ṣẹgun la sà bá ni lẹ́sẹ̀ ọba òrìṣà
Ifá sọ pé awo ò ní wo mọ́ wa lórí
Yó òrí béẹ̀
Yó ò ṣe béẹ̀
Nípasẹ̀ Ọ̀rúnmìlà bara mi
Àgbọnmìrègún
Àṣẹ n t'Èdùmàrè
Yó ò rí béẹ̀ o

217/218 ÌWÚRE IMỌLẸ̀

Imọlẹ̀ kò ní bá wa jà o
Imọlẹ̀ yó ò gbè wá ni

Orin: Ó ní ogbè tún ọmọ pọ̀n

Ogbè sọ́mọ sí

Ogbè sọ́mọ sí bi jùgú jùgú ẹ̀dí

A d'ífá f'órè kúkù tí í sobìnrin àpáta

Ó ní ogún ọdún ni órè kúkú ò leè kú

Kòkòrò jògbín o kèé kú sí orílẹ̀

Ọgbọ̀n ọdún ni órè kúkú ò leè kú

Kòkòrò jògbín o kèé kú sí orílẹ̀

Ogún ọdún

Ọgbọ̀n ọdún

Ẹnìkọ̀ọ̀kan wa a ò ní yànkú

Imọlẹ̀ kò ní bá wa jà

Yò ó gbè wá

Aláṣeyorí

Yó ò rí bẹ́ẹ̀

Yó ò ṣe bẹ́ẹ̀

Nípasẹ̀ Ọ̀rúnmìlà bara mi

Àgbọnmìrègún

Àṣẹ n t'Èdùmàrè

~ ~ ~

219/220 ÌWÚRE ÌDỌJÀ SÍLẸ̀

Orin: Ó ní òtọ́ á gbọgún

Ìwòrè gbatè

A dá'fá fún Òfuẹlòjù

Tí ń bẹ láàárín ìpọ̀njú

Ó ní ire ajé

Ire ọlá

Ire gbogbo bá mi relé mi gbà yí

Rámi fùn fẹ lòjù

Afàì mẹ ni lẹní máa bá ni lọ

Tèmi tìrẹ la ó jọ rìn délé wa

Ifá ní tí a bá dá ọjà sílẹ̀ eléyìí yó ò máa kún ún

Ìkún owó

Ìkún ọlà
Ìkún ásìkí ni yó ò maa kún
Yó ò rí bẹ́ẹ̀
Yó ò ṣẹ bẹ́ẹ̀

221/222 ÌWÚRE ÌṢÍLÉ

Tí a bá ki Ifá ìwúre ìṣílé
Ilé rẹ̀ ó máa tútù ni
Kò ní gbóná

Orin: Níbi ára ára
Babaláwo ló d'ífá fún ilé
Ilé ní ń bẹ nínu àgun ọ̀tá
Èní ó palé
Ọ̀lá ó palé
A ò le è palémọ́
Ẹwà ló bùkun un
Awo ní í fi san
Ifá sọ pé eléyìí ilé eléyìí tó ń gbé ilé rẹ̀ yó ò tura

223/224 ÌWÚRE ỌMỌ BURÚKÚ

Tí a bá ki Ifá eléyìí fún ọmọ burúkú
Yó ò sì yí padà

Orin: Níbi òtú arápò dirá
Àpótí ráàjò bẹ́ẹ̀ni kò bọ̀
Ohun tán fí ń lọ́kàn bẹ yá joró lọ
A d'ífá fún mo lárá
Mo níyekan mi ò lá lágbọ̀rọ̀dùn
Alágbọ̀rọ̀dùn bí orí ò sí orí lálágbọ̀rọ̀dùn ẹni
Alágbọ̀rọ̀dùn bí yeye ò sí yeye lálágbọ̀rọ̀dùn
ẹni

Alágbọ̀rọ̀dùn bí baba ò sí baba lálágbọ̀rọ̀dùn
ọmọ
Tí a bá ki Ifá fún ọmọ bá yẹn yó ò yí padà
Yó ò sì gbọ́ràn
Àyípadà rẹ̀ yó ò dìbà
Àṣẹ

225/226 ÌWÚRE ÌYANU

Tí ǹkan rere bá dé tó bá yanilẹ́nu
Tí ǹkan náà ò fi ní bàjẹ́
Tí àdúrà rẹ̀ yó ò fi gbà
Tí gbogbo ǹkan tó ní kò fi ní bàjẹ́
A á ki Ifá rẹ̀ náà

Orin: Ó ní ilá lédi má kòó
Tẹ̀tẹ̀ gùn èrò mọ sọ̀
Ẹ̀bẹ̀tifọ́ po èso re
A d'ífá fún Ọ̀rúnmìlà Ifá lọ ra àkáká lẹ́rú
Ayési mọ ọ̀káká là ń pe ilẹ̀ tí fọwọ́ ti ikú
Ifá sọ pé ikú
Àrùn
Òfò yó ò ré wa kété
Yó ò rí bẹ́ẹ̀
Yó ò ṣe bẹ́ẹ̀
Nípasẹ̀ Ọ̀rúnmìlà bara mi
Àgbọnmìrègún
Àṣẹ n t'Èdùmàrè

227/228 ÌWÚRE ÀÁNÚ

Tí a bá wúre eléyìí fún ènìyàn
Anú Ọlọ́run yó ò máa bá a gbé

Gbogbo ohun tí ó bá ń tọrọ níwájú Olódùmarè
Àánú yó ò sì ṣe ègbè lẹ́yìn fun un

Orin: Ó ní ọ̀pá tínrín ló kanlẹ̀ ló kàn run
Babaláwo d'ífá fún orí
Orí ń tòde ọ̀run bọ̀wá síléayé
Kè pẹ́ kè jìnnà
Ká bá ni wọ̀ wọ́ ire
Wọ̀wọ́ ire làá bá ni lẹ́sẹ̀ ọba òrìṣà
Ifá sọ pé Ẹlẹ́dàá eléyìí yó ò jẹ́ ó bá àánú pàdé
Ìṣẹ̀dá rẹ̀ kò sì ní takòó
Yó ò rí bẹ́ẹ̀
Yó ò ṣe bẹ́ẹ̀

229/230 ÌWÚRE ÌDÚPẸ́

Orin: Ó ní mo dúpẹ́ awo ọba
A dá'fá f'ọba láràde Ọ̀yọ́
Ọba tí ń gbé lé títún ń mọ tí ará okó ń ṣe
Ọ̀run dòsùfa mo dúpẹ́
Mo dúpẹ́ wá dìí awo ọba
Ọ̀run dòsùfa mo dúpẹ́
Ifá ni ẹnu ọpẹ́ eléyìí kò ní kan
Ọpẹ́ ló wá dú
Ọpẹ́ náà yó ò sì jálẹ̀
Yó ò rí bẹ́ẹ̀
Yó ò ṣe bẹ́ẹ̀
Nípasẹ̀ Ọrúnmìlà bara mi
Àgbọnmìrègún
Àṣẹ n t'Èdùmàrè

231\232 ÌWÚRE ÌRÀNLÓWÓ

Tí a bá ki Ifá eléyìí tí ó bá ń béèrè ìrànlówó lówó àwọn ènìyàn Qlórun Olódùmarè a máa gbé ìrànlówó rè dìde

Orin: Ó ní térè bí abérè
Gbàlàjà bí ìkákùn
Dèdèdè bí òrun àgbá ogo idè
A dá'fá fún òré òtè méjì lódà irè bèbè
Ìgbà a tè méjì láláajé
Yèbè ìrè ní ń tè méjì
Ìgbà a tè méjì láláya
Yèbè ìrè ní ń tè méjì
Ìgbà a tè méjì la dolómo
Yèbè ìrè ní ń tè méjì
Ìgbà a tè méjì la ò kú mó
Yèbè ìrè ní ń tè méjì
Yèbè
Ifá sọ pé eléyìí àdúrà rè yó ò gba
Yó ò sì láseyorí
Yó ò rí béè
Yó ò se béè
Nípasè Òrúnmìlà bara mi
Àgbọnmìrègún
Àsè n t'Èdùmàrè

~ ~ ~

233\234 ÌWÚRE ÀÀBÒ TÓ PÉYE

Tí a bá ki Ifá fún eléyìí àabò Olódùmarè yó ò máa bòó

Orin: Níbi ìdí osùn
Igbín owó
A d'ífá fún Òrúnmìlà
Ifá ń tòde òrun bòwá síléayé
Òrúnmìlà dáàbò rè bò mí o
Níjó kan ìjà

Níjọ́ kan eré
Ọrúnmìlà dáàbò rẹ bò mí o
Ifá sọ pé àbò yó ò máa bo eléyìí
Ọ̀wọ̀ yó ò sì máa jẹ́ fún un
Yó ò sì láṣeyọrí
Yó ò rí bẹ́ẹ̀
Yó ò ṣe bẹ́ẹ̀
Nípasẹ Ọrúnmìlà bara mi
Àgbọnmìrègún
Àṣẹ n t'Èdùmàrè

235/236 ÌWÚRE ÌṢỌ́RA

Tí a bá ki Ifá fún eléyìí àbò yó ò máa bò ó
Kò ní ṣì jẹ
Kò ní ṣì mu

Orin: Níbi ògbùtú á gbọngún
Ìwòrè gbatè
A d'ífá fún fùfu ẹlùjù tó ń bẹ láàárín ìpọ̀njú
Ó ní ire ajé bá mi relémi gbà yí
Ará mi ẹ fùfẹ̀ùjù
A fàìmọ bá ni mọ̀ ni lọ
Ire aya
Ire ìṣẹ́gun
Ire àìkú bá mi ní le gbà nìyí
Ará mi ẹ fùfẹ̀ùjù
A fàìmọ bá ni mọ̀ ni lọ
Kè pé kè jìnnà
Ká bá ni laàrú ṣẹ́gun
Àrú ṣẹ́gun la sà bá ni lẹ́sẹ̀ ọba òrìṣà
Yó ò rí bẹ́ẹ̀
Yó ò ṣe bẹ́ẹ̀

237/238 ÌWÚRE OLÈ

Tí a bá ki Ifá fún eléyìí
Olè àárò
Olè òsán
Olè alé
Kò ní jà á

Orin: Níbi atè yèkú
Ó yí wọn bìrì pé
Ó yí wọn bìrì yún
Olótí jùyún
Elémú òjùmú
Wọn ò sé bá sòrò tán
Bí a bá bá wọn sòrò tán
Wọn a yí ọ bìrì pé
Ya a yín ọ bìrì yín
Egbọ lolúdè
A d'ífá fún Orúnmìlà Ifá lọfẹ dùrù jé do jóná
Àìpé dẹnu délẹ má leè fọhùn
Kè pé kè jìnnà
Ká bá ni laàrú ségun
Tí a bá ki Ifá fún eléyìí
Olè kò ní wọlé
Àsẹ

239/240 ÌWÚRE ÌYANU

Tí a bá ki Ifá eléyìí nkan ìyanu lá máa sẹlẹ

Orin: Níbi Ógùn dá ni rò lápó
Wénú olófà
Ofà kan ló sapó yòró yòró
A d'ífá fún Òrúnmìlà
Ifá ń bẹ lábàtà èkó omọ ẹlẹyẹ
Kè pé kè jìnnà

Ká bá ni jèbútú ire
Jùbútú ire làá bá lẹ́sẹ̀ ọba òrìṣà
Ifá sọ pé eléyìí
Ǹkan ìyanu
Ǹkan ayọ̀
Yó ò máa ṣẹlẹ̀ sii
Àṣẹ

241/242 ÌWÚRE TÍ A FÍ Ń TẸ ÌLÚ

Tí a bá ki Ifá eléyìí láti tẹ ìlú dó
Ìlú náà kò ní parun

Orin: Ibi asẹ́gbì lẹ̀
Ajá ń rojú
A ò sẹ́gbì lẹ̀
Ajá ń rojú
Ìpọ̀nràn yó ò jobìrí
A d'ífá fún Gbagbará tí ń sọmọ yèyé òsú
Òsòmú róró o kọ́ ọ mọ́ dùbulẹ̀
Lóòró gangan là á bósù
Tí a bá ki Ifá yìí tí a fi dá ìlú sílẹ̀
Ìlú náà kò ní tú
Torí yó ò máa nàró ni
Yó ò máa gòkè àgbà
Yó ò rí bẹ́ẹ̀
Yó ò ṣe bẹ́ẹ̀
Àṣẹ

243/244 ÌWÚRE ÀRÀ KENGÉ

Tí a bá ki Ifá eléyìí
Gbogbo ǹkan rè
Lárà lárà
Ní męre mère
Ni yó ò máa dáa

Orin: Ní bi kùnùkùnú òsǫta fì
Òsǫsà sí a bá wǫn dénú igbo
Òsǫsà sí àpá òkun
Làsì tán àbalę fún oru kuduru
Kùnùkùnú náà ńkǫ́ mo ní ìyí ǫta
A dí'fá fún Orí
Ǫmǫ aténíran
Atètè gbé ni kò fóòsà
Ólùjù àjùwǫn
Àfáláfalawé ò
Olómi àjùwǫn
Ifá sǫ pé eléyìí Ęlędàá rè yó ò jé kò máa dárà ni
Kò ní dáràn
Yó ò rí bęę
Yó ò şe bęę
Àşę

~ ~ ~

245/246 ÌWÚRE ÀÀBÓ

Orin: Ó ní ǫdę ní í bǫji
Àgbę ní ń bǫkítì
Kòrókòyę níí bǫdí àdó
Abábamú níí bǫrí ǫba
A dá'fá fún ìlèmí t'Ólódùmarè bǫ̀ wá
Ǫmǫ atęlęję sagbeję omi
Ó ń tájé bá dì gágá
Tó bá dí gògò

Tó bá ń deléke bọ̀ wá
Èmi ni o gbájé fún
Èmi ni ọ gbére gbogbo bọ̀
Ifá sọ pé eléyìí àbbò yó ò máa bòó
Ire ajé yó ò sì máa ṣẹlẹ̀ síi
Ire gbogbo yó ò máa ṣẹlẹ̀ síi
Ǹkan aburú kò ní ṣẹlẹ̀ síi
Ìṣẹ́gun yó ò sì dé ba

247/248 ÌWÚRE ÌLỌSÍWÁJÚ

Orin: Ká dúró ká kásàn
Ká kọ̀rọ̀sẹ̀ ká kásàn
Kò sálágan tó dù náà lé lọ́wọ́
A dá'fá fún Òrógbóndù
Tí ń sọ fòun pé òun ò lájé
Kè pẹ́ kè jìnnà
Ká bá ni wọ̀ wọ́ ire
Wọ̀wọ́ ire làá bá ni lésẹ̀ ọba òrìṣà
Ifá sọ pé ire ajé
Ire gbogbo
Yó ò máa ba gbé o

249/250 ÌWÚRE ÓWÓ

Orin: Ó ní dindin igúdá
Dìndìn igúdá
A d'ífá fún Àdúgbọ́lakà
Tí mo bí sèré gbogbo
Kè pẹ́ kè jìnnà
Ká bá ni wọ̀ wọ́ ire

Wọ̀wọ́ ire làá bá ni lẹ́sẹ̀ ọba òrìṣà
Ó ní towó towó ó dé o
Awo agogo
Tó bá dàmọ́dún mo wá bẹ̀ ọ́ wò
Ó ní towó towó ó dé o
Awo agogo
Ifá sọ pé òun ò ní jẹ́ kó rárùn owó o
Yó ò rí bẹ́ẹ̀
Yó ò ṣe bẹ́ẹ̀
Àṣẹ

251/252 ÌWÚRE Ọ̀WỌ̀

Tí a bá ki Ifá fún eléyìí
Ifá sọ pé ọ̀wọ̀ yó ò mọ jẹ́ fún un
Láàárọ̀
Lọ́sàn án
Lóru

Orin: Ó ní ìjí tí mo jí
Mo bá Olú lé tétété
Èmi jì kù jíní kùtùkùtù
Kí n rìn ìrìn òsì lẹ́sẹ̀ méjèèjì
A d'ífá fún Ọ̀rúnmìlà fáṣọ nílùú àkámọ́
Ó ní tí wọ́n bá ṣe ká ọ módò wọn ńkọ́
Ó lé ká ò lè ká òun
Ó ní tòun bá ti yẹ bẹ̀rẹ̀
Ibikíbi tó mí a ṣẹlẹ̀
Ó ní ọ̀wọ̀ òun tó ìyẹ̀kẹ́
Ó ní ọ̀wọ̀ ni kí owó máa dá fún òun
Ifá sọ pé ọ̀wọ̀ iku
Ọ̀wọ̀ àrùn
Ọ̀wọ̀ òfò
Ọ̀wọ̀ ìjà
Ọ̀wọ̀ èṣe

Ọ̀wọ̀ ẹ́gbà
Ọ̀wọ̀ àrán sí
Ọ̀wọ̀ àpèta
Ifá ni yó ò máa jẹ́ fún eléyìí
Eléyìí kò ní ṣe kòṅgẹ́ aburú
Aburú olò ní ṣe kòṅgẹ́ rẹ̀
Yó ò rí bẹ́ẹ̀
Yó ò ṣe bẹ́ẹ̀
Àṣẹ

253/254 ÌWÚRE ÌKÓRÌÍRA

Tí ènìyàn bá fẹ́ kórira rẹ̀
Tí a bá ki Ifá rẹ̀ fún un
Ayé yó ò sì máa yọ́nú síi

Orin: Ìbínú ò ṣe ǹkan fún ni
Sùúrù ni baba ìwà
Àgbà tó bá mú sùúrù a jagbó ajatọ́
Babaláwo ló d'ífá fún orí tó ń tọ̀run bọ̀ wá
síléayé
Ó ní orí mi a sàìdè lẹ́nì
Kẹ̀rẹ̀ kẹ̀rẹ̀
Ó ní orí mi a sàìdè lẹ́nì
Ó ní apá dé apá gbórí dúró
Kẹ̀rẹ̀ kẹ̀rẹ̀
Ó ní orí mi a sàìdè lẹ́nì
Kẹ̀rẹ̀ kẹ̀rẹ̀
Ẹsẹ̀ dé ẹsẹ̀ gbórí dúró
Kẹ̀rẹ̀ kẹ̀rẹ̀
Ó ní orí mi a sàìdè lẹ́nì
Kẹ̀rẹ̀ kẹ̀rẹ̀
Kè pé kè jìnnà
Ká bá ni laàrú ṣẹ́gun
Àrú ṣẹ́gun la sà bá ni lẹ́sẹ̀ ọba òrìṣà

Ifá ní òun ó ba ṣẹ́gun
Ayé ò ní kórira rẹ̀

255/256 ÌWÚRE ÒTẸ̀

Orin: Ó ní ìkáfe làá fọ̀nyẹ́
Ìwòrèfe làá fọ̀ngbà
Ìfọnkúfọn làá ná ń fọn ibi òrókó
A d'ífá fún Agúnregúnwà tí í ṣe àgbọnmìrègún
Kè pé kè jìnnà
Ká bá ni laàrú ṣẹ́gun
Àrú ṣẹ́gun la sà bá ni lẹ́sẹ̀ ọba òrìṣà
Ifá ní eléyìí tí wọn bá fẹ́ dìtẹ̀ rẹ̀
Wọn ò ní lè dìtẹ̀ rẹ̀ mọ́

257/258 ÌWÚRE ÌLARA

Orin: Ó ní ìkáyẹ̀kú ọmọ lọ́rọ̀ lọ́rọ̀
Ọmọ lóhun lóhun
A d'ífá fún Ògún
Òpó òníjá òlele tí ń bẹ láàárín ọtá
Kè pé kè jìnnà
Ká bá ni laàrú ṣẹ́gun
Àrú ṣẹ́gun la sà bá ni lẹ́sẹ̀ ọba òrìṣà
Ifá ní eléyìí tí a bá ki Ifá rẹ̀ yó ò ṣẹ́gun ni

259/260 ÌWÚRE ÀSÀSÍ

Ifá ní tí a bá ki Ifá eléyìí òun ò ní jẹ́ kí àsàsí burúkú sà sí

Orin: Ó ní ìká gbè mí nwó jọba àlá
Ìkà ò gbè mí nwó jọṣọ̀run
A dá'fá fún baba sọ̀kùà tí ń bẹ láàárín ìgbẹ́
Kè pé kè jìnnà
Ká bá ni laàrú ṣẹ́gun
Àrú ṣẹ́gun la sà bá ni lẹ́sẹ̀ ọba òrìṣà
Ifá sọ pé eléyìí tí wọ́n bá ń sà si wọn ò ní lè sàsí
Yó ò sì rí bẹ́ẹ̀
Yó ò sì ṣe bẹ́ẹ̀

261/262 ÌWÚRE ÒFÀ

Orin: Ó ní ìdín osùn
Ìdín owó
Ìdín osùn orun tí o sùn láti alẹ́ àná tójúmọ́
fi mọ́ korò korò gbá ko
A d'ífá fún Ọ̀rúnmìlà
Onílé tíjà
Onílé tíjà ẹ̀ ń gbáriwo
Àbí ẹ ò gbáriwo nílé tíjà
Ó ní àdín kì í sùn
Epo kì í sùn
Òrí kì í sùn
Ibi lágbájá bá wà
Kọ́mọ́ leè sùn
Kọ́mọ́ leè wo
Onílé tíjà ẹ̀ ń gbáriwo
Àbí ẹ ò gbáriwo ẹ̀yin nílé tíjà
Ẹ̀ ń gbáriwo
Ifá sọ pé eléyìí ibikíbi tó bá wà tí a bá ki Ifá yìí
yó ò wàá

Yó ò rí béè
Yó ò şe béè

263/264 ÌWÚRE ALÁJQBÍ

Tí a bá ki Ifá fún eléyìí
Ǹkan rè kò ní bàjé
Àjọbí wọn kì í bàjé
Àjọgbé wọn máa ń tòrò ni

Orin: Ó ní àkókó tó kọ lónìí ǹkan ire ló kọ
Agbáfére ló ń sunkún pé òun ò lólá
Àkókó tó kọ lónìí ǹkan ire ló kọ
Adákéfànfà ló ń sunkún pé òun ò níyì
àkókó tó kọ lónìí ǹkan ire ló kọ
A d'ífá fésin tó ń lọ ọ̀laà
Ó ní erín mà ń lólá
Èfòn ń níyì
Esín nìkan ló roko lèé là
Ó ní erín mà ń lólá a à
Èfòn ń níyì o é e
rín mà ń lólá ó o
Èfòn ń níyì
Esín nìkan ló roko lèé là
Ifá sọ pé eléyìí Àjọbí wọn yó ò máa là ni
Kò ní bàjé
Yó ò rí béè
Yó ò şe béè

265/266 ÌWÚRE ÈPÈ

Tí ẹnìkan bá şe ǹkan tó dùn yàn
Èèyàn ó ki Ifá yìí

Orin: Èké ò ní sọ pé èké lòun
Ìkà ò ní pé ara rẹ̀ níkà
Ẹ butí fékèé kí ẹ kóbì fóṣìkà
Kí ẹ péwure òkánkán
Ibi tí wọ́n máa ń wí nílé wọn a máa bọ́ síi lẹ́nu
A dá'fá fún ṣere ṣerè tó ń bẹ lójúde ayé
A dá'fá fún ṣèkà ṣèkà tí ń bẹ lálàde òrun
Ìkà lówó o
Ìkà lọ́rọ́
Àsọ́jọ́ ikú wọn ni è é dùn

267/268 ÌWÚRE Ẹ̀YỌ̀ ÀDÌMÚ

Orin: Ó ní ilé ń bẹ
Ẹ̀yìn wà lókù la ọmọ̀
A d'ífá fún Dòpẹ̀mú ọmọ afàparò bọ́rí ń torí ọmọ
Ónírírú ẹbọ níí gbeni
Àìru kì í gbènìyàn
Kè pẹ́ kè jìnnà
Ká bá ni wọ̀ wọ́ ire
Wọ̀wọ́ ire làá bá ni lẹ́sẹ̀ ọba òrìṣà
Ó ní ogún ṣé
Ọgbọ̀n ṣé
Ọ̀wàràn da gègé nù
A d'ífá fún ajé
A d'ífá fún Òrúnmìlà
Àwọn méjèèjì ń tòde òrun bọ̀wá síléayé
Ẹbọ ná ní kán máa ṣe
Kè pẹ́ kè jìnnà
Ká bá ni wọ̀ wọ́ ire
Wọ̀wọ́ ire làá bá ni lẹ́sẹ̀ ọba òrìṣà
Ifá sọ pé tí wọn bá ṣe àdúrà
Ǹkan wọ́n máa dáa
Ǹkan wọ́n sì máa ń rọrùn

Yó ò sì láṣeyọrí
Yó ò rí bẹ́ẹ̀
Yó ò ṣe bẹ́ẹ̀
Nípasẹ̀ Ọrúnmìlà bara mi
Àgbọnmìrègún
Àṣẹ n t'Èdùmàrè
Yó ò rí bẹ́ẹ̀
Yó ò ṣe bẹ́ẹ̀

269/270 ÌWÚRE Ẹ̀LÚKÚ

Tí a bá ki Ifá fún eléyìí
Ǹkan a sì máa dáa
A sì máa suwọ̀n
A sì máa rọrùn

Orin: Ó ní ogbè fóhun fólóhun ò fóhun fólóhun
A d'ífá fún Tìntìmù tí ń sawó ròde Ọ̀yọ́
Ẹbọ ná ní kó máa ṣe
Kè pẹ́ kè jìnnà
Ká bá ni jèbútú ire
Eyínfún sisí na fi d'ífá fún wọn ní Tedé
Èrìgì ń dàmíyọ̀ ló d'ífá fún wọn ní Tayọ̀
Eyín lọ́ fẹ́ jẹ
Eyín lọ́ fẹ́ mu
A dá'fá fún Táyọ̀ ọ̀ rójọ́ lójọ́ tó gba ẹja ẹgbà igbe
ọ̀rin ò
Ó ní Táyọ̀ ọ̀ rójọ́
Ọ jayéjayé ọ gbàgbé ọ̀run ò
Kè pé kè jìnnà
Ká bá ni laàrú ṣẹ́gun
Àrú ṣẹ́gun la sà bá ni lẹ́sẹ̀ ọba òrìṣà
Yó ò rí bẹ́ẹ̀
Yó ò ṣe bẹ́ẹ̀
Nípasẹ̀ Ọrúnmìlà bara mi

Àgbọnmìrègún
Àṣẹ n t'Èdùmàrè

ÀDÚRÀ ÌKÁSẸ̀ NÍLẸ̀

Ohun tí a ṣe yìí
Yó ò rí bẹ́ẹ̀
Yó ò ṣe bẹ́ẹ̀
Gbogbo ibikíbi tí ẹ bá gbé kinní àwo yìí dé
Ire lójú ọlọ́jà rí
Ire ni yó ò rí ńbẹ̀
Ẹ̀ẹ̀ ní kùtà
Ẹ ẹ̀ ní kábàámọ̀ níbẹ̀
Ẹlẹ́dàá yín
Orí yín
Kò ní takò yín
Tí àdúrà ẹni bá gbà
Orí eni ni
Tó bá ku díẹ̀ kaàtó
Orí ẹni ni
Ifá kan ní àmìwọ̀ àjà
Awo olóyo
À ń d'ífá fún olóyo tó wàdó
Ifá kan ní àmìwọ̀ àjà
Ìwọ lawo olóyo
Mo mọ̀ pórí ní í gbe ni
Àdúrà kì í gbènìyàn
Ifá sọ pé Ẹlẹ́dàá yín
Orí yín
Kò ní takò yín
Ẹ ò ní kábàámọ̀ tí ò dáa
Yó ò rí bẹ́ẹ̀
Yó ò ṣe bẹ́ẹ̀
Nípasẹ Ọrúnmìlà bara mi

Àgbọnmìrègún
Àṣẹ n t'Èdùmàrè
Tó!

Ọ̀rúnmìlà

Ìrọ́kẹ́ (used for Prayer)

NÍPA OǸKỌWÉ

Àarẹ Látòṣà Mábìnúorí Adégbóyèga, alágbàwí àṣà àti alákitiyan, jẹ́ ìran kejìlá Ààre Ọ̀nà Kakànfò Yorùbá, èyí tí ì ṣe Baálè Kọkànlá (oyè tí wọ́n yípadà sí Olúbàdàn) tí ìlú Ìbàdàn. Ó jẹ́ aláwòdúdú àkọ́kọ́ tí ó darí nípa ṣíṣe àkópọ̀ ọnà Ológun ati olórí ìlú. Ó jẹ́ enití ó kàwé gboyè tí òngbẹ ìmọ̀ rẹ̀ sì tì gbé e lọ sí àwọn orílé èdè púpọ̀ ní àgbáyé.

Lẹ́yìn ilé-ìwé alákọ̀bẹ̀ẹ̀rẹ̀ àti girama ní ìlú Nàíjìrìà, Ààrẹ lọ sí ìlú Amẹ́ríkà ní àárín àwọn odún ogọ́ta níbi tí ó ti lọ sí ilé-ẹ̀kọ́ Ìṣòwò ní Randolph, Chicago àti lẹ́yìn náà, yunifásítì ti Metaphysics ni Los Angeles níbi tí ó ti gboyè bii Metaphysician.

Ìpòngbe láti mọ̀ sí i mú u lọ sí Monastery ti Àwọn Rays Méje ní ìlù Sípéénì níbi tí ó ti kọ́ Ẹ̀kọ́ nípa Ẹ̀mí àti sí Bombay, India, níbi tí ó ti kọ́ ẹ̀kọ́ Homeopathy.

Fun ìfẹ́ ìran àti ènìyan rẹ, Ààrẹ Látòsà padà sí ìlú Nàíjírìà gẹ́gẹ́ bíi ògbóǹtààgì Metaphysician làti ran àwọn ènìyàn rẹ̀ lọ́wọ́ nípa ẹmí àti kí ó la ojú wọn sí ọ̀pọ̀lọpọ̀ ohun elò ẹ̀mí àti àṣà ti Olódùmarè ti fi bùkún wọn.

Nínú ìgbìyànjú rẹ̀ láti ṣe èyí, ó ti kọ àwọn ìwé púpọ̀ gẹ́gẹ́ bí i òǹkọ̀wé tí ó ní ìlósíwajú, díẹ̀ nínú wọn ni: *Our Life Can Become a Miracle, Great Divine Power,* àti *Ancient Knowledge Unlimited,* lati mẹ́nuba díẹ̀. Oun ni Olùpilẹ̀ṣẹ̀ *Gist Magazine* àti Olùdarí Aláṣẹ ti *Iwe Mimo Ifa Adimula: Ohun Enu Olodumare* àti *The Holy Book of Ifa Adimula: The Sacred Voice of God.*

Ni ìdánimọ̀ fún ipa ribibi rẹ̀, wọ́n ti fi àkọ́lẹ́ oyè orísirísi tí ó ju márùndínlógójì lọ, pẹ̀lú ọpọ̀lọpọ̀ àwọn ẹ̀bùn ti dídára-jùlọ láti owọ́ àwọn ilé iṣẹ́ àti àwọn àjọ lórísirísi. Òun ni Mọ́gàjí ti ìdílé Ààre Latoṣa, Aṣojú Àṣà ti Ìpínlẹ̀ Ọ̀yọ ni Nàíjírìà lọ́wọ́

lọ́wọ́ àti Ààre International Cultural Organisation Centre for African Culture and Tradition.